FRANKENSTEIN

FILIPINO EDITION

MARY SHELLEY

EDITED BY
ADAPTIVE READER

ISBN: 979-8-8692-6674-3 (paperback)

ISBN: 979-8-8692-6675-0 (eBook)

CONTENTS

Introduction v

Letter I 1
Letter II 5
Letter III 9
Letter IV 11
Chapter I 18
Chapter II 24
Chapter III 30
Chapter IV 37
Chapter V 43
Chapter VI 50
Chapter VII 58
Chapter VIII 70
Chapter IX 80
Chapter X 87
Chapter XI 95
Chapter XII 103
Chapter XIII 109
Chapter XIV 115
Chapter XV 121
Chapter XVI 129
Chapter XVII 138
Chapter XVIII 143
Chapter XIX 151
Chapter XX 159
Chapter XXI 170
Chapter XXII 182
Chapter XXIII 193
Chapter XXIV 201

INTRODUCTION

Welcome to Adaptive Reader, your portal to the captivating world of literature, tailored to fit your unique reading abilities.

In today's fast-paced and diverse learning environment, we believe in the power of personalized learning experiences. That's where the concept of leveled reading comes in, and why we, at Adaptive Reader, have dedicated ourselves to offering a broad collection of classic novels at various reading levels. Our mission is to make the joy and benefits of reading accessible to everyone.

THE BENEFITS OF LEVELED TEXTS

So, what exactly is leveled reading? It's an approach that matches students with texts that align with their unique reading abilities. This ensures that every reader is challenged just the right amount - enough to grow, but not so much that they feel overwhelmed or frustrated.

For students, this means you'll engage with texts that stretch your reading skills while keeping the experience enjoyable and manageable. You'll gain confidence as you successfully comprehend each level and feel motivated to explore more challenging texts as your reading skills grow.

For teachers, Adaptive Reader provides a valuable tool to support differentiated instruction. You can assign the same novel to your entire class while ensuring each student reads a version that aligns with their reading level. This allows all students to participate in class discussions and activities, fostering a more inclusive learning environment.

For parents, Adaptive Reader offers a supportive tool to encourage your children's reading journey. As your child progresses through the different levels of a novel, they'll not only enhance their reading skills but also develop a deeper love for literature.

READING ACROSS MULTIPLE EDITIONS

All of our leveled novels include passage markers that correspond to the same content across every one of our editions. This means that passage '62' in our silver edition contains the same themes and plot elements as passage '62' in our original edition.

For teachers, this means that you can say "let's look at passage 35 together. What is the author trying to tell us here?" and all of your students will be reading the same content — but with vocabulary and syntax that's adapted to their reading level.

Our online reading tool, available at www.adaptivereader.com, gives students and teachers free access to the original text with passage markers. We encourage teachers to include close readings of the original text as part of their coursework, giving all students exposure to the rich original syntax and language of these exceptional authors.

THE POWER OF LITERATURE

At Adaptive Reader, we are committed to helping everyone experience the power of literature. So whether you're a student diving into a classic novel, a teacher looking for flexible resources, or a parent seeking ways to support your child's literacy, Adaptive Reader is here for you.

We invite you to embark on this exciting literary journey with us. Enjoy the world of stories, characters, and ideas that await you in our collection of leveled novels. Happy reading!

LETTER 1

1   MAHAL KONG MRS. SAVILLE,

St. Petersburgh, Disyembre 11, 17--.

Mayroon akong magandang balita na ibabahagi sa iyo. Wala namang mga problema noong simula ng aking paglalakbay, kahit ikaw ay nag-alala. Sa wakas, ligtas akong dumating kahapon at nais kong ipaalam sa iyo na ako ay nasa mabuting kalagayan at mas tiwala sa tagumpay ng aking misyon.

2   Ako ay malayo na sa hilaga ng London. Habang naglalakad ako sa mga kalye ng Petersburgh, nararamdaman ko ang malamig na simoy sa aking mukha. Ito'y nagbibigay sa akin ng lakas at kaligaya-han. Naisip mo ba ang ganitong pakiramdam? Ang simoy ay nagmu-mula sa mga lugar na patutunguhan ko, kaya nagbibigay ito sa akin ng pagsisidhid ng malamig na klima doon. Dahil dito, mas lalo akong naeexcite at umaasa sa aking mga plano. Hindi ko maiwasang ipantasya ang North Pole bilang isang magandang at kahanga-hangang lugar, kahit na may nagsasabing ito'y yelo at abang lugar. Sa aking isipan, ito'y isang lupain ng kagandahan at kaligayahan. Margaret, sa lugar na iyon, ang araw ay hindi naglalaho. Ito'y palaging sumisikat sa kahorizonte, nagbibigay ng malasap na

ningning sa lahat ng mga bagay. Naniniwala ako sa sinabi ng mga manlalakbay bago ako. Sa lugar na iyon, wala namang niyebe o kahalumigmigan. Ang dagat ay payapa, at maaari tayong sumakay patungo sa isang lupain na higit na kamangha-mangha at maganda kaysa sa ibang lugar sa daigdig. Ang lupain na ito ay maaaring nagtatago ng mga bagay na hindi pa natin nakikita, katulad ng mga bituin at planeta sa mga hindi pa nadiskubreng bahagi ng kalangitan. Anong mga kagila-gilalas na pagsasaliksik ang maaari nating abangan sa isang lupain ng walang hanggang liwanag? Baka matuklasan ko ang napakagandang kapangyarihang nagpapatingin sa kompas patungong hilaga. Baka makagawa ako ng mahahalagang obserbasyon tungkol sa mga bituin at planeta na makatutulong sa atin na mas maunawaan sila. Ako'y lubos na nacucurioso na makita ang bahaging ito ng mundo na wala pa mang sinumang nakakita. Ito'y parang isang lupain na wala pang sinumang tao ang nakapaglakad. Ang mga kaisipang ito ay napakakagiliw-giliw at ang kanilang kagiliw-giliwwer ay mas binibigat kaysa sa anumang takot sa panganib o kamatayan. Ang mga ito'y nagpapakita sa akin ng pagnanais na simulan ang mahabang at mahirap na paglalakbay na may kasayahan na nararamdaman ng isang bata na pumupunta sa pakikipagsapalaran kasama ang mga kaibigan. Kahit kung ang aking isipan ay nagkulang, hindi mo maaaring itanggi ang mga kahangahangang bagay na aking matutuklasan. Makakahanap ako ng paraan upang mas mabilis na maglakbay ang mga tao sa mga malayong bansang malapit sa North Pole. Sa kasalukuyan, nagtatagal ito ng maraming buwan. At susuriin ko ang mga lihim ng imantado kung ito'y maganap. Ito ay mangyayari lamang kung ako'y lilunsad sa isang paglalakbay na gaya nito.

Ang mga saloobin na ito ay nagpapalakas sa akin. Ngayon, mayroon na akong layunin na tutukan! Ang pagsasagawa ng paglalakbay na ito ay laging naging paborito kong pangarap mula pa noong ako'y bata pa. Binabasa ko nang may malalim na pagnanais ang mga patungkol sa maraming paglalakbay na nais na makarating sa Hilagang Karagatang Pasipiko sa pamamagitan ng mga bahura sa polar. Marahil maalala mo na si Tiyo Thomas ay may buong aklatan na punong-puno ng mga libro tungkol sa mga ganitong paglalakbay. Ang mga libro na iyon ang naging inspirasyon ko, ngunit hinarang ng aking ama ang aking Tiyo Tom na payagan akong sumama sa isang paglalakbay gaya ng mga nabasa ko.

Sa karanasang kanilang mga tula, unti-unti nang nawala ang aking mga pangarap na maging isang makata rin. Ang kanilang kahanga-hangang mga salita ang sumakabilang-buhay sa akin at nagdala sa akin sa ibang mundo. Gayunpaman, sa mismong panahon na iyon, aking naipamana ang kayamanan ng aking pinsan, at nagbalik ang mga saloobin ko sa landas na palaging ninanais kong tahakin.

Anim na taon na ang lumipas mula nang magdesisyon ako na gawin ang ginagawa ko ngayon. Sinimulan ko sa pagpapalakas ng aking sarili sa matitinding kalagayan. Matiyaga kong tinagpo ang lamig, gutom, uhaw, at kakulangan ng tulog. Sa araw, madalas na mas masipag kaysa sa mga regular na mandaragat ang aking trabaho, at sa gabi, nag-aaral ako ng matematika, teorya ng medisina, at iba pang bahagi ng agham na maaring magamit sa pagsasagawa ng mga pag-aaral sa mga karagatan. Ginawa ko ito nang husto. Kailangan kong aminin, naramdaman ko ang malaking pagmamalaki nang alokin sa akin ng aking kapitan ang ikalawang pinakamataas na posisyon sa barko at nanalangin sa akin na manatili dahil itinuturing niya akong napakahalaga.

Ngayon, mahal kong Margaret, hindi mo ba tingin na karapat-dapat akong magtagumpay sa isang napakalaking bagay? Maaaring nagkaroon ako ng madaling at magarang buhay. Ako ay papunta na sa isang mahabang at mahirap na paglalakbay kung saan kailangan akong maging lubhang malakas. Hindi lamang ako dapat umangat ang kaliwanagan ng loob ng iba, kundi kung minsan ko rin dapat iguhit ang sa aking sarili kapag ang lahat ay madamdamin.

Ito ang pinakamagandang panahon upang maglakbay sa Rusya. Sila ay mabilis sa paglalakbay sa mga sledges sa snow; ito ay nakararamdam ng maganda, at sa aking opinyon, mas maganda kaysa sa paglalakbay sa isang English stagecoach. Ang lamig ay hindi gaanong masama kung nagsusuot ka ng furdang damit, na aking susuotin na. May malaking pagkakaiba kapag ikaw ay naglalakad at kapag ikaw ay hindi umaalis ng maraming oras, kung saan hindi ka gumagalaw at ang iyong dugo ay maaaring ito'y mabuksan. Ayoko pong isapanganib ang aking buhay sa daan mula St. Petersburg hanggang Archangel.

Sa loob ng dalawang linggo o tatlong linggo, pupunta ako sa Archangel. Plano ko na umupa ng isang barko doon, na madali lamang gawin sa pamamagitan ng pagbabayad para sa pagsusuri ng may-ari nito. Uuupa ako ng lahat ng matitipunong mangingisda na sanay sa panghuhuli ng mga balyena na kailangan ko. Ngunit hindi ako malalayag hangga't Hunyo. At kailan ako babalik? Oh, mahal kong kapatid, hindi ko maipapangako ang sagot niyan. Kung ako'y magtatagumpay, maaaring ito'y maging maraming buwan, marahil kahit taon, bago tayo ulit magkita. Kung ako'y mabigong magtagumpay, ako'y babalik sa lalong madaling panahon, o baka hindi na.

Paalam, aking mahal at kahanga-hangang Margaret. Sana'y pagpalain ka ng langit, at sana'y akoy maligtas upang maipakita ang aking pasasalamat sa iyong lahat na pagmamahal at kabutihan.

Na may pag-ibig,

R. Walton.

LETTER 11

Kay Mrs. Saville, Inglatera.

Archangel, Marso 28, 17—.

Sinadya ngayong mabagal kumilos ang panahon dito, napapal-ibutan ako ng matinding lamig at niyebe! Ngunit nakagawa ako ng progreso tungo sa aking layunin. Nakatagpo na ako ng isang barko at ngayo'y abala sa pagtipon ng aking mga seaman. Ang mga naupa-hang ito ay tila mapagkakatiwalaan at matapang.

Ngunit mayroon akong isang kagustuhan na hindi ko kailanman natupad. At ngayon, nararamdaman ko ang kakulangan nito bilang isang napakalaking problema. Wala akong kaibigan, Margaret. Kapag ako'y puno ng kasiyahan at tagumpay, walang sinuman na makakasama sa tuwa ko. At kapag ang pagka-disappoint ay dumat-ing, walang sinuman ang nandyan upang suportahan ako. Kailangan ko ng isang taong may parehong mga interes upang aprubahan o pagbutihin ang aking mga plano. Paano mamumuno ang isang kaibigan na katulad niyo ang mga pagkakamaling ginagawa ng inyong abang kapatid! Ako'y masyadong pilyo upang magsimula at masyadong walang-pasensya kapag hinaharap ang mga suliranin. Ngunit ang mas malaking problema para sa akin ay ako'y nagtuturo sa sarili. Hanggang sa ako ay labing-apat na taong gulang, ako'y naglalaan ng aking oras sa labas at nagbabasa lamang ng mga aklat ni Uncle Thomas tungkol sa paglalakbay. Nalaman ko na lamang nang huli, nang hindi ko ito masyadong maibigay ng kapakinaban-gan, na kailangan kong matutuhan ang iba pang mga wika bukod sa aking sariling wika. Ngayon ay dalawampu't walong taong gulang na ako, ngunit sa totoo lang, ako'y mas mababa ang edukasyon kumpara sa maraming labing-limang taong gulang na estudyante.

Tama nga, mga walang saysay na mga reklamo ito. Walang matatagpuang kaibigan ako sa malawak na karagatan o kahit dito sa Archangel sa gitna ng mga mangangalakal at mga mandaragat. Ngunit mayroong ilang mga emosyon, iba sa karaniwang kalikasan ng tao, na umiiral kahit sa mga matitigas na mga puso. Ang aking tenyente, halimbawa, ay matapang at determinado. Unang nakilala ko siya sa isang bangkang panglalaki. Nang aking matuklasan na siya'y malayang naglalakbay sa lungsod na ito, madali kong napa-convince sa kanya na sumama sa aking pagsisikap.

Ang kapitan ay napakabait at napakatino na tao, at siya ay kilala sa barko dahil sa kanyang kabaitan at katarungan sa pagbibigay ng mga utos. Ang kanyang magandang karakter at matapang na kata-pangan ay nagpabanaag sa akin na gustong-kong tawagin siya bilang bahagi ng aking koponan. Lumaki ako nang nag-iisa at ang aking mga kabataang taon ay ipinagsilbihan sa isang nagmamahal at mapagmahal na kapaligiran kasama ka, na nagpapalayas sa akin sa karaniwang katigasan at karahasan sa mga barko. Hindi ko kailanman pinaniwalaan na ito ay kinakailangan. Kaya nang marinig ko tungkol sa isang mandaragat na kilala dahil sa pagtrato sa kanyang mga tauhan ng kabaitan at respeto, maswerte ako na pumayag siyang makipagtulungan sa akin.

Unang narinig ko sa kanya sa isang romantikong paraan mula sa isang babae na lubos na nagpapasalamat sa kanya. Narito ang isang maikling bersyon ng kanyang kuwento. Ilan taon na ang nakalilipas, minahal niya ang isang batang babaeng Ruso na hindi gaanong mayaman. Nag-ipon siya ng malaking halaga ng pera mula sa mga gantimpala sa dagat, at pumayag ang ama ng babae na payagan silang ikasal. Ngunit bago ang kasal, nakita niya ang kanyang kasintahan na umiiyak at nananalanging huwag ituloy ang kasal. Inamin niya na mahal niya ang ibang lalaki, subalit mahirap ito at hindi pahihintulutan ng ama nila ang kanilang relasyon. Kinomportahan ng ating mabuting tao ang babae at, sa pag-aaral ng pangalan ng kanyang tunay na pag-ibig, nagpasiya siyang palayain siya. Bumili na siya ng isang bukirin gamit ang kanyang pera, na plano niyang doon na lamang mamuhay sa kanya buong buhay. Ngunit sa halip, ibinigay niya lahat sa kanyang karibal, kasama na ang natirang gantimpala niya sa pera, upang makabili sila ng mga hayop at simulang mamuhay ng isang bukirin. At pagkatapos niyon, humiling siya sa ama ng babae na payagan itong ikasal sa taong kanyang minamahal. Subalit tumanggi ang ama dahil sa pakiramdam niya ng obligasyon sa ating kaibigan. Bilang tugon, umalis ang ating kaibigan mula sa kanyang bansang pinagmulan at bumalik lamang nang marinig niya na ang kanyang dating kasintahan ay ikinasal sa taong tunay niyang minamahal. "Ang isang kamangha-manghang tao!" maaaring sabihin mo. At tunay nga sila. Ngunit mahalagang tandaan na hindi sila nabigyan ng maraming edukasyon. Napaka-tahimik nila at tila walang pakialam sa kanilang mga paraan, na ginagawang mas nakapagtataka ang kanilang mga kilos ngunit kumukuha din ng kaunting paghanga at ugnayan na maaaring nararamdaman natin para sa kanila.

10   Pero huwag kang mag-isip na dahil lang may kaliitan akong pagsasabi ng aking mga hinaing, o dahil marahil nagmamasid ako ng kaunting kaginhawahan sa aking matinding trabaho na hindi ko pa nararanasan, na ako'y nag-aalinlangan sa aking mga desisyon. Ang mga desisyong iyon ay matibay, kaya baka mas maaga akong makapaglayag kaysa sa inaakala ko. Gayunpaman, hindi ako magpapakasugal.

11   Excited ako at kaunti ring takot sa pakikipagsapalaran na papasok ko. Hindi ko maipaliwanag nang buo ang halo ng mga emosyong nararamdaman ko. Papunta ako sa mga hindi kilalang

lugar, isang lupain na puno ng ulap at niyebe. Pero huwag kayong mag-alala, hindi ako gagawa ng anumang pagkakamali na maaring ilagay ako sa panganib, gaya ng tauhan sa kuwento ng "Ancient Mariner." Marahil makakatawa na binanggit ko ito, pero mayroon akong isang lihim na ibabahagi. Sa tingin ko, ang malakas kong interes at sigasig sa mga misteryo ng karagatan ay nagmumula sa pagbabasa ng mga likhang-isip ng isang makabagong makata. Mayroong isang bagay sa loob ko na hindi ko masunod nang buo. Masipag ako at dedikado sa aking mga gawain, ngunit mayroon din akong bahagi na nagmamahal ng kahanga-hangang bagay at naniniwala sa mga himala. Ito ang bahagi na humihila sa akin palayo sa karaniwan at patungo sa ligayang dagat at mga dako ng hindi pa nalalakbayang teritoryo na aking matutuklasan.

Pero ngayon, bumalik tayo sa mas mahahalagang bagay. Makikita ko pa ba kayo muli, matapos maglayag sa malawak na mga karagatan at bumalik mula sa pinakamalalayong bahagi ng Timog Aprika o Amerika? Ayoko masyadong mataas ang inaasahan ko, ngunit hindi ko kayang isipin ang iba't ibang mga posible kahihinat-nan. Pakiusap, tuloy-tuloy lamang po kayong sumulat sa akin kapag maaari: maaring may mga pagkakataon na talagang kailanganin ko ang inyong mga sulat upang liftingin ang aking mga diwa. Iniibig ko kayo nang labis. Sana'y maalala ninyo ako nang magandang-maganda, kahit wala kayong narinig mula sa akin muli.

May pag-ibig,
Robert Walton.

LETTER III

 Sᴀ Mᴀʜᴀʟ ᴋᴏɴɢ Kᴀᴘᴀᴛɪᴅ ɴᴀ ꜱɪ Gɴɢ. Saville, England.

Aking minamahal na Kapatid, Hulyo 7th, 17—.

Nagsusulat ako ng maikling sulat upang ipaalam sa inyo na ligtas ako at matagumpay ang aking paglalayag. Ang sulat na ito ay mararating ang England sa pamamagitan ng isang barko na babalik mula sa Arkhangelsk. Sinuwerte ito dahil baka hindi na ako makakabalik sa ating bayan nang maraming taon. Ngunit ako ay positibo sa aking pag-iisip. Ang aking tripulasyon ay matapang at determinado, hindi nangangamba sa mga yelong umaandar sa amin sa dagat. Sila ay mga palatandaan ng mga panganib na naghihintay.

Walang kakaibang mga pangyayari na naganap na dapat kong isulat.

Paalam, aking minamahal na Margaret. Mangyaring tiyakin na hindi ako magmamadali sa pagharap ng panganib, alang-alang sa ating dalawa. Mananatili akong mahinahon, matiyaga, at maingat.

 Ngunit ako ay magtatagumpay. Bakit hindi? Ako ay naglakbay hanggang sa kahabaan ng malawak na hindi kilalang karagatan. Kahit ang mga bituin ay nagpatotoo sa aking tagumpay. Kaya bakit hindi ko itutuloy ang paglalakbay sa malalakas pero kayang kontrolin na karagatan? Ano ang makakapigil sa isang taong deter-minado at may matatag na loob?

Ang aking puso ay umaapaw sa mga saloobin na ito. Ngunit kailangan kong tapusin dito. Nawa'y pagpalain ako ng Diyos, aking mahal na kapatid!

R. W.

LETTER IV

Kay Mrs. Saville, Inglaterra.

Agosto 5, 17—.

May isang napakatangis nangyari sa amin, at nais kong isulat ito kahit baka abutan mo na ako bago mo mabasa ang liham na ito.

Noong Lunes (Hulyo 31), maraming yelo na nagliligaw sa paligid ng aming barko, naglalapit sa amin mula sa lahat ng dako. Hindi kami masyadong maluwag na magpalutang-lutang sa dagat. Medyo delikado dahil kami'y napalibutan rin ng makapal na ulap. Kaya't nanatiling hindi gumagalaw, umaasa na ang panahon ay magbabago.

Naglaon, bandang alas-dos ng hapon, nawala ang ulap at nakita namin ang mga malalaking patag na yelo na puno ng mga tagiliran na naglalaylay sa bawat dako. Tilang walang hangganan ang kanilang laki. May mga kaibigan akong nagro-rona, at nagsimulang mag-alala rin ako. Ngunit biglang isang kakaibang bagay ang nakabihag sa amin at nagpatulog pansin sa aming mismong kalagayan. Nakita namin ang isang maliit na kariton na nasa isang sled, hinila ng mga aso, palapit sa hilagang direksyon na mga kalahating milya ang layo. May isang taong nakaupo sa kariton, na tila napakakatangtang na tao. Ginamit namin ang aming mga teleskopyo upang mabantayan ang naglalakbay na ito na mabilis na lumayo hanggang sa sila'y nawala sa gitna ng malalayong bunton ng yelo.

Ito ay talagang nakapagtataka sa amin. Hindi namin maaaring sundan ang taong iyon dahil sa pagkakasarado ng yelo sa amin, at hindi rin namin makita kung saan siya pumunta, kahit pa kami ay nagmasid nang maigi.

Humigit-kumulang dalawang oras pagkatapos, kami ay malaya na, ngunit kami ay nanatili sa puwesto magdamag sapagkat ayaw naming maabutan ng malalaking piraso ng yelo na umaandar sa dilim. Ginamit ko ang oras na ito upang magpahinga ng ilang oras.

Nang dumating ang umaga at may liwanag na sa labas, ako ay lumabas sa palubong at nakita ko ang mga mandaragat na nakikipag-usap sa isang tao sa tubig. Ito ay isang sled, katulad ng nakita namin kanina, na nabakas papunta sa amin sa panahon ng gabi, sa isang malaking piraso ng yelo. Iisa na lamang ang asong buhay, ngunit mayroon ding isang tao sa loob. Siya ay mula sa Europa. Nang makita ako ng kapitan, sinabi niya, "Ito ang aming kapitana, at hindi ka niya pababayaang mamatay sa karagatan."

Nang makita ako ng estranghero, siya ay nagsalita sa akin ng Ingles, ngunit may ibang accent. "Bago ako pumasok sa inyong barko," sabi niya, "maari mo bang sabihin sa akin kung saan kayo pupunta?"

Totoo nga, lubhang nagulat ako nang tanungin ako ng isang lalaki, na nasa panganib at walang ibang pagpipilian, kung saan patungo ang aming barko. Akala ko siya, na nasa kalagayan niya, ay magiging pasilangan sa aking barko at hindi maghahangad ng anumang iba pa sa mundo. Gayunpaman, sinagot ko siya nang tapat at sinabi na kami ay nagpapalawak sa hilagang bahagi ng mundo.

Makaraan niyang marinig ang aking tugon, tila nasiyahan siya at pumayag na sumakay sa aming barko. Oh, Margaret, sana'y makita mo ang kalagayan na pinagdaanan ng lalaking ito. Unti-unti, nakabawi siya at itinali namin siya ng mga kumot at inilagay malapit sa kalan ng kusina upang magpa-init. Dahan-dahan niyang nagmulat ang mga mata at kumain ng sabaw, na nagdulot ng kamangha-manghang pagbabago sa kanyang kalagayan.

18 Isang lukso ng dalawang araw bago siya makapagsalita. Nag-aalala ako na nawalan na siya ng kakayahang umunawa dahil sa kanyang paghihirap. Nang magsimulang gumaling, dinala ko siya sa aking kabin at nag-alaga sa kanya kung kailanman ako makakagawa nito. Siya ay isang nakakaaliw na taong tingnan. Mahirap para sa akin na pigilan ang mga kasapi ng tripulasyon na pagsunugan siya ng mga tanong. Ngunit ayokong maabala siya sa kanilang kawilihan nang sandaling kailangan niyang magkaroon ng kapayapaan at katahimikan ng isip at katawan upang maghilom. Gayunman, isang beses, nagtanong ang tenyente kung bakit siya naglakbay nang malayo sa yelo gamit ang isang kakaibang sasakyan.

Agad na nagdilim ang kanyang mukha at sumagot siya, "Upang hanapin ang taong tumakas sa akin."

"At ang taong sinusundan mo ba ang parehong paraan ng paglalakbay?"

"Oo."

"Sa palagay ko, nakita namin siya. Isang araw bago namin kayo natagpuan, nakita namin ang ilang aso na nagdala ng isang sled na may taong sakay nito sa ibabaw ng yelo."

19 Matapos ang dalawang araw nang gano'n, hindi pa rin siya nakapagsalita. Nag-aalala ako na baka nawala na ang abilidad niyang umintindi dahil sa paghihirap. Nang simulan niyang magpagaling, dinala ko siya sa aking kubo at inalagaan siya sa abot ng aking makakaya. Napakakawili siyang tao na pagmasdan. Mahirap para sa akin na pigilan ang mga kasamahan ko na siya'y bigyan ng mga tanong. Ngunit hindi ko nais na siya'y abalahin ng kanilang kuryusidad nang kailangan niyang katahimikang magpagaling. Gayunman, isang beses ay nagtanong ang tenyente kung bakit siya sumugod nang malayo sa yelo gamit ang isang kakaibang sasakyan.

Agad na naglungkot ang kanyang mukha at sumagot siya, "Upang hanapin ang taong tumakas sa akin."

"At ang taong hinahabol mo ay dumaan din ba sa parehong daan?"

"Oo."

"Kaya't sa tingin ko, nakita namin siya. Isang araw bago kita natagpuan, nakita namin ang ilang aso na humihila ng isang sled na may isang lalaki sa ibabaw nito sa ibabaw ng yelo."

20 Narito ang mga pangyayaring naganap hanggang ngayon sa kakaibang pangyayaring ito. Ang kalusugan ng estranghero ay unti-unting bumubuti, ngunit hindi siya gaanong nagsasalita at mukhang nababahala kapag may ibang tao bukod sa akin ang pumapasok sa kanyang silid. Gayunpaman, siya ay napakamabait at may pusong mabait. Nararamdaman ko ang awa at habag para sa kanya sapagkat laging malungkot siya. Siguro siya ay isang napakamahalagang tao noon, at kahit ngayon, kahit nasira na, siya pa rin ay kaakit-akit at mabibighani.

Naunang sinabi ko na, aking mahal na Margaret, na hindi ako makakakita ng kaibigan sa malawak na karagatan. Gayunpaman, natagpuan ko ang isang tao na masayang tawagin ko na aking kapatid.

Patuloy akong magsusulat tungkol sa estranghero sa aking talaan tuwing may mga bagong pangyayari na dapat ibalita.

Agosto 13th, 17—.

Ang aking pagmamahal sa aking panauhin ay lalong tumitindi araw-araw. Ako'y kumbinsido at lubos na nalulungkot sa lahat ng hirap na pinagdaanan niya. Sumisira ito ng aking puso na makita ang gayong marangal na tao na nasira ng kalungkutan. Siya ay maamo ngunit marunong, at ang kanyang isipan ay maalam. Kapag siya'y nagsasalita, ang kanyang mga salita ay pinag-isipan ngunit siya'y mabilis at may kahanga-hangang kasanayan.

21 Mas maayos na siya ngayon at halos araw-araw nasa dek na siya, nag-aantabay sa sled na dumaan bago pa niya. Bagamat malungkot siya, patuloy pa rin siyang nagmamasid sa mga ginagawa ng iba. Nakapag-usap na kami tungkol sa mga plano ko, at sinabi ko sa kanya ang lahat ng bagay nang tapat. Maingat naman niyang

pinakinggan ang mga dahilan ko kung bakit naniniwala akong magtatagumpay ako at bawat detalye ng mga hakbang na ginawa ko upang ito ay mangyari. Ang kanyang pang-unawa at pagkaawang mula sa kanyang puso ay nagpabunsod sa akin na magsalita ng tapat, na ipahayag kung gaano ako magiging handa na isakripisyo para sa aking proyekto. Sinabi ko na kahit pera ko, buhay ko, at lahat ng aking pag-asa ay aking isasakripisyo. Naniniwala ako na ang buhay o kamatayan ng isang tao ay maliit na gastos para sa kaalaman na hinahangad ko at sa kapangyarihan na aking makuha laban sa mga puwersa na kumakalaban sa atin. Habang ako'y nagsasalita, muli ay sumama ang kanyang mukha at nagmadali. Sa simula, pinilit niyang itago ang kanyang nararamdaman sa pamam-agitan ng pagtakip ng kanyang mga mata gamit ang kanyang mga kamay. Ngunit ako'y nakakita ng mga luha na sumasalimbay. Naglabas siya ng malalim na hininga mula sa kanyang mabigat na dibdib. Ako'y huminto sa aking pagsasalita. Sa wakas, may kabahang salita siya na wari'y tumataginting, sabi, "Maralita ng tadhana! Ganyan ka ba kasira ng ulo tulad ko? Naranasan mo rin ba ang nakatutunaw na inumin? Pakinggan mo ako—ipapahayag ko sa iyo ang aking kuwento, at agad kang tatanggihan na uminom mula sa tasa na 'yon!"

Ang gayong mga salita, marahil iniisip mo, ay nagpapakita sa akin ng matinding pagkacuryoso. Ngunit nabighani ng kalungkutan ang estranghero at kailangan niya ng ilang oras na pahinga at paya-pang pag-uusap upang makabalik sa kanyang kapanatagan.

Nang maging kontrolado na niya ang kanyang mga emosyon, tila hindi niya gusto ang sarili niya dahil napapangayupapa ng kanyang mga damdamin. Inilayo niya ang kanyang kalunos-lunos na kalungkutan at nagsimulang magkuwento tungkol sa akin personal na. Tanong niya ang tungkol sa aking mga unang taon sa buhay, at mabilis kong ibinahagi ang aking kuwento. Ngunit ito ay nagbigay-daan para pag-isipan ko ang iba't ibang bagay. Nagsalita ako tungkol sa aking pagnanasa na makahanap ng isang kaibigan, isang taong magiging konektado sa akin ng mas malalim kaysa kaninuman na aking natagpuan noon. Naniniwala ako na ang hindi pagkakaroon ng ganitong uri ng pagkakaibigan ay magdudulot ng kalungkutan sa isang tao.

"Tinatanggap ko ang iyong sinasabi," sabi ng estranghero. "Tayo ay hindi buo bilang mga indibidwal kung hindi natin mayroong isang taong mas maalam, mas mabuti, at higit na mahalaga sa atin na tutulong sa atin na maging mas mahusay. Mayroon akong isang kaibigan noon na ang pinakamahusay na tao na kilala ko, kaya maaari kong husgahan ang kahulugan ng pagkakaibigan. Mayroon ka pa ring pag-asa at buong buhay na naghihintay sayo, kaya wala kang dahilan upang mawalan ng pag-asa. Pero ako... nawala ko ang lahat at hindi na maaaring magsimula muli."

Habang sinasabi niya ito, nagpakita ang kanyang mukha ng isang malalim na kalumbayan na kumurot sa aking puso. Gayunpaman, hindi na siya nagsalita at nagbalik siya sa kanyang kuna.

Kahit na nadarama niya ang pagkabasag at kalungkutan, kayang kahanga-hanga niya parin ang kagandahan ng kalikasan. May dobleng buhay siya. Maaring madanasan niya ang mahirap na mga pagkakataon at mabigo, pero kapag siya'y nag-iisa, nagiging parang isang makalangit na espiritu siya. May espesyal na ningning sa paligid niya na nagpapanatili ng kalungkutan at kamangmangan.

Aba, akala mo siguro ay sobrang excited ako kapag nagsasalita tungkol sa kamangha-manghang manlalakbay na ito? Kung makikita mo siya, hindi mo iisipin na ganun nga. Sinisikap ko talaga unawain kung ano ang nagpapagaling sa kaniya kaysa kanino man. Iniisip ko na mabilis niyang nauunawaan ang mga bagay. Magaling din siyang magsalita.

Agosto 19, 17—.

Kahapon, sinabi ng estranghero sa akin, "Makikita mo, Kapitan Walton, na ako ay nagdaan sa mga nakakatakot at di-maiisip na kamalasan. Isang beses, nagpasya ako na dadalhin ang mga pasakit na ito hanggang sa libingan, ngunit pinatunayan mo sa akin ang kabaliktaran. Katulad mo, ikaw ay nasa isang misyon para sa kaalaman at karunungan at naniniwala ako na maaari kang makahanap ng mahalagang aral sa aking kuwento. Ang aral na ito ay maaaring gabay sa iyo kung magtagumpay ka sa iyong misyon, at magbigay sa iyong ginhawa sakaling magtagumpay. Magsaya ka na marinig ang ilang kakaibang pangyayari."

Nalulugod talaga ako nang inalok niya akong makinig sa kanyang kwento. Pero ayokong masaktan siya sa pamamagitan ng pag-uulit ng kanyang malungkot na mga karanasan. Totoong nacu-curios ako at gusto kong tulungan siya kung magagawa ko. Sinabi ko sa kanya ang nararamdaman ko.

"Salamat," sabi niya, "sa pagmamalasakit, ngunit hindi ito magiging pagkakaiba. Halos tapos na ang tadhana ko. Hinihintay ko na lamang ang isang pangyayari, at kung maganap na ito, maaring magpahinga ako nang tuluyan. Naiintindihan ko ang iyong nararam-daman," sabi niya, nakikita na nais kong sabihin ang isang bagay. "Ngunit nagkakamali ka kung akala mong may magbabago sa mangyayari sa akin. Samahan mo akong ibahagi ang aking kwento sa iyo, at makikita mo kung paano ito'y nasa kamay na ng kapalaran."

Sinabi niya sa akin na simulan niya ang kanyang kwento kinabukasan kapag mayroon akong libreng oras. Mapagpasalamat ako sa kanyang pangako na ito. Bawat gabi, kung hindi ako masyadong abala sa aking mga gawain, susubukan kong isulat ang mga kuwento na kanyang ibabahagi sa akin. Ang kanyang kwento ay tiyak na kakaiba at nakakabahala.

CHAPTER 1

Ipinanganak ako sa Geneva, at ang aking pamilya ay kilalang-makikilala roon. Ang aking mga ninuno ay may mahahalagang tungkulin sa pamahalaan, at ang aking ama rin ay naglingkod sa publiko nang may dangal. Lahat ng taong nakakakilala sa kanya ay pinahahalagahan siya dahil sa kanyang katapatan at sipag sa trabaho. Inilaan niya ang karamihan ng kanyang kabataan sa mga bagay-bagay kaugnay ng kanyang bansa, at iba't ibang kadahilanan ang nagpahinto sa kasal niya hanggang sa huli na ng kanyang buhay.

Ang kasal ng aking ama ay isang magandang halimbawa ng kanyang pagkatao, at nais kong ibahagi ang kuwento sa inyo. Isa sa kanyang pinakamalalapit na kaibigan, isang negosyanteng nagngangalang Beaufort, dating mayaman ngunit naging mahirap dahil sa mga suliranin. Lumipat si Beaufort kasama ang kanyang anak na babae sa Lucerne, isang bayan kung saan siya namumuhay sa kahirapan at walang kilala sa kanya. Labis na malasakit ang nadama ng aking ama para kay Beaufort at lubos siyang nalungkot sa pagdaan niya sa mga pagsubok na ito. Hindi nag-atubiling umaksyon ang aking ama at agad na sinimulan ang paghahanap kay Beaufort, na umaasa na maaari niyang mapanghikayat itong magsimula muli sa tulong at suporta niya.

29   Kinatiyakan ni Beaufort na mahusay na itago ang kanyang sarili kaya tumagal ng sampung buwan bago matagpuan ito ng aking ama. Lubos siyang natuwa nang matagpuan na niya kung saan naninirahan si Beaufort. Gayunpaman, nang pumasok siya, wala siyang nakita kundi kalunos-lunos na kalagayan. Nagawa ni Beaufort na iligtas lamang ang kaunting halaga ng pera mula sa kanyang sugal na buhay, na sapat lamang upang matulungan niyang mabuhay ng ilang buwan. Sa panahong iyon, inaasam niyang makahanap ng maayos na trabaho sa bahay ng isang mangangalakal. Gayunpaman, hindi siya nakakuha ng anumang trabaho, at habang mas nagtatagal siya sa pag-iisip ng kanyang sitwasyon, lalo pang lumalalim ang kanyang lungkot. Pagkalipas ng tatlong buwan, nagkasakit siya at hindi na makagawa ng anuman.

Ang kanyang anak na babae, si Caroline Beaufort, nag-alaga sa kanya nang may pagmamahal at malasakit. Ngunit nakita niya na may kalunos-lunos na bilis na nauubos ang kanilang limitadong pera at wala silang ibang paraan upang suportahan ang kanilang sarili. Gayunpaman, napakatatag na tao si Caroline na may napakatalinong isip, at nahanap niya ang paraan upang kumita ng kaunting pera upang mahirapang mabuhay. Ginawa niya ang pangkaraniwang pagtahi at gumawa ng mga bagay mula sa dayami, gamit ang anumang paraan upang mabuhay nang makahantong.

30   Lumipas ang mga buwan sa ganitong paraan. Mas lalo pang nagkasakit ang ama ni Caroline, kaya mas maraming oras ang inilalaan niya sa pangangalaga sa kanya. Kumakonti at kumakonti ang pera na kanilang ginagamit para mabuhay. Sa wakas, matapos ang sampung buwan, namatay ang kanyang ama habang siya'y yakap-yakap ito. Ngayon siya'y nag-iisa na at wala siyang pera. Ito ang pinakamatinding suntok para sa kanya, at siya'y lumuhod sa tabi ng kabaong ng kanyang ama, buong lakas na umiiyak. Noo'y bigla na lang pumasok ang aking ama sa silid. Siya'y tila isang anghel tagapagbantay sa mahirap na babae. Sinumpaang magtiwala

siya sa kanya na alagaan siya. Matapos mailibing ang kanyang ama, dinala niya si Caroline sa Geneva at tinitiyak na ligtas siya sa ilalim ng kalinga ng isang kamag-anak. Dalawang taon ang nakalipas, nagpakasal ang aking ama at si Caroline.

31   May kaibahan sa edad ang aking mga magulang. Malalim na pasasalamat at paghanga ang nararamdaman ng aking ama sa aking ina. Ito ang gumawa ng kanyang ugali tungo sa kanya na napaka-ganda at espesyal. Lagi niyang inuuna ang mga kahilingan at kagin-hawahan ng aking ina. Sinasangla niya ito tulad ng isang hardinero na nagtatanggol sa isang marikit na bulaklak mula sa malalakas na hangin, at kaniyang kinapalibutan ng mga bagay na magdadala ng kasiyahan at ligaya dahil ang kanyang kaluluwa'y malumanay at mapagmahal. Gayunpaman, ang kalusugan at espiritu ng aking ina ay nabawasan dahil sa pinagdaanan niya. Sa dalawang taon bago sila nagpakasal, unti-unting iniwan ng aking ama ang kanyang mga importanteng tungkulin. At sa kadaliang palaisipan, nagpasya silang pumunta sa Italya, na may magandang klima, at tumungo sa isang paglalakbay upang makita ang mga kahanga-hangang bagay doon. Umaasa silang ang pagbabagong tanawin ay tutulong sa aking ina na mabawi ang kanyang lakas.

32   Mula sa Italya, bumisita sila sa Alemanya at Pransiya. Ako, ang panganay na anak nila, ipinanganak sa Napoli, at bilang sanggol, kasama ko sila sa kanilang mga biyahe. Ako ang kanilang tanging anak sa loob ng ilang taon. Malalim nilang minahal ang isa't isa at binusog ako ng walang katapusang pagmamahal. Natatandaan ko ang mga maamo nilang haplos at mainit na ngiti ng aking ama tuwing tumitingin sa akin. Ako ang kanilang laruan, ang kanilang kayamanan, at higit sa lahat, ang kanilang anak. Naniniwala sila na ako'y isang kaloob mula sa Langit, ipinagkatiwala sa kanila upang itaguyod at gabayan tungo sa isang masayang buhay. Ganap silang nakaunawa sa kanilang mga responsibilidad at pinahalagahan ang pagkakataon na hubugin ang aking kinabukasan. Tinuruan nila ako ng pasensya, kabaitan, at pagkontrol ng sarili mula sa murang edad,

akay-akay ako ng pagmamahal at pag-aalaga. Dahil sa kanila, ang aking mga unang taon ay puno ng kasiyahan at ligaya.

33 Sa loob ng mahabang panahon, ako ang tanging iniintindi nila. Lubos na pinangarap ng aking ina na magkaroon ng isang anak na babae, ngunit ako lang ang kanilang nag-iisang anak. Nang ako'y mga limang taong gulang palamang, kami ay naglakbay sa ibayong hangganan ng Italya at naglaan ng isang linggo sa tabi ng Lawa ng Como. Dahil sa kanilang mahabagin na kalikasan, madalas na bumibisita ang aking mga magulang sa mga tahanan ng mga kababayan na may kahirapan. Hindi iyon lamang isang tungkulin para sa aking ina; ito'y isang bagay na napilitan siyang gawin. Siya rin ay sumailalim sa hirap at gusto nitong tulungan ang mga nangangailangan. Habang kami ay naglalakad, nahanap namin ang isang magarbong estilong bahay na nakatago sa isang lambak. Ilang mga batang naka-ahit at kulang ang mga damit ang nakapaligid dito, isang tanda na sila ay naghihikahos. Isang araw, nang pumunta ang aking ama sa Milan, kami naman ng aking ina ang nagpunta sa bahay na ito. Sa loob nito, natagpuan namin ang isang masisipag na magsasaka at ang kanyang may-limang mga nagugutom na anak. Gayunpaman, sa lahat ng mga bata, may isa na kumakawala sa aten-syon ng aking ina. Siya ay tila naiiba sa iba. Ang apat na batang may madilim na mata ay matitigas na umaalis sa mga lugar, ngunit ang batang ito ay maliwanag at malambot. Ang kanyang buhok ay tila gintong ningning, kahit na ang kanyang mga damit ay marupok. Ang kanyang noo ay banayad at malapad, ang kanyang mga mata ay malinaw at asul, at ang kanyang mukha ay puno ng damdamin at kabutihan na sinuman na makakita sa kanya ay hindi maiwasang isipin na siya ay espesyal, na tila ba siya'y pinadala mula sa langit, na may langit-langit na ningning sa bawat katangian niya.

34 Napansin ng magbubukid na babae kung gaano ang pagka-mangha at pagkahalina ng aking ina sa magandang batang iyon, kaya't hindi siya nag-atubiling ibahagi ang kanyang kuwento. Napatunayang hindi naging anak niya ang batang babae, kundi anak ito ng isang maharlikang lalaki mula sa Milan. Ang kanyang ina,

isang Aleman, ay namatay noong siya'y isinilang. Ang sanggol ay ibinigay sa kanilang mag-asawa upang alagaan. Mas makabubuti ang kalagayan noon. Nalipas lamang ang kanilang kasal, at naging kararating lamang ng kanilang unang anak. Ang ama ng batang babae ay isang Italiano na lubos na nagpapahalaga sa maluwal-hating nakaraan ng Italya. Matiyagang lumalaban siya upang palayain ang kanyang bansa, ngunit sa kasamaang-palad, siya ay nabiktima ng kahinaan nito. Hindi malinaw kung siya'y namatay o patuloy na nakakulong sa Austria. Kinuha ng pamahalaan ang kanyang mga ari-arian, na nag-iwan sa kanyang anak bilang ulila at pulubi. Nanatili siya kasama ang kanyang mga amang-amahan at lumaki sa kanilang simpleng tahanan, standout na parang isang magandang rosas sa isang halamanang puno ng madilim na mga palumpong.

35 Nang bumalik ang aking ama mula sa Milan, nakita niya akong naglalaro kasama ang isang bata sa harap ng aming bahay. Ang batang ito ay mas maganda pa kaysa sa isang anghel sa isang pintura. Ang kanyang hitsura ay nakapapawi sa ginhawa, at siya'y gumalaw nang may kahalagahan. Agad naming natuklasan kung sino siya. Itinanong ng aking ina sa mga mababait na tao na nag-aalaga sa kanya kung maaari nilang ibigay ito sa amin. Mahal na mahal nila ang mabait na ulila, ngunit alam nilang hindi patas na panatilihing siya sa kahirapan kung mayroon namang mas magan-dang buhay na naghihintay para sa kanya. Sila ay nagsalita sa paring nasa nayon, at napagpasyahan na si Elizabeth Lavenza ay titira sa amin. Siya ay naging higit sa isang kapatid.

36 Minamahal si Elizabeth ng lahat. Ipinagmamalaki't kinamahal siya ng bawat isa sa kanila na nagpapangiti't nagpapasaya sa akin sa pagbabahagi sa kanilang mga damdamin. Noong gabi bago siya dumating sa aming bahay, may pagpapahiram biruan ang aking ina, "May magandang regalo ako para sa iyo, Victor. Makukuha mo ito bukas." Kinabukasan, nang ipakilala ng aking ina si Elizabeth sa akin bilang espesyal niyang regalo, nagsimula akong ikinaugalingan ang kanyang mga salita at nakuha kong mangilala si Elizabeth bilang

isang taong dapat kong bantayan, mahalin, at alagaan. Tumawag kami sa isa't isa bilang mga pinsan, ngunit hindi sapat ang salitang iyon upang lubos na maipahayag ang espesyal na ugnayan na mayroon kami. Siya ay higit sa isang kapatid sa akin at akin siyang pag-aari magpakailanman, hanggang kamatayan.

CHAPTER 11

³⁷ Lumaki kami ng magkasama. Palaging magkasundo at malapit sa isa't isa ang aming magkaibang personalidad. Si Elizabeth ay mas tahimik at nakatuon sa kanyang tungkulin, samantalang ako ay mas mapusok at may malalim na uhaw sa kaalaman. Habang isinasaalang-alang ni Elizabeth ang kagandahan ng lahat ng nasa paligid natin, ako nama'y natutuwa sa pag-unawa kung bakit naga-ganap ang mga bagay sa paraang iyon. Ang mundo ay parang isang lihim na nais kong malutas. Ako'y mapagkumbaba, laging nag-aaral at sinusubukang maunawaan ang nakatagong batas ng kalikasan. Ang kaligayahan at sigla na aking nadarama habang natuklasan ang mga lihim na ito ay ilan sa mga pinakamaagang alaala ko.

³⁸ Nang ipanganak ang aking bunso na kapatid, pitong taon pagkatapos ko, nagpasiya ang aking mga magulang na itigil ang paglalakbay at manirahan sa aming sariling bansa. Sa Geneva kami nakatira, mayroon kaming bahay, at meron rin kaming isang bahay sa kahabaan ng pampang ng lawa, tinatawag na Belrive, halos isang milya ang layo mula sa lungsod. Karamihan ng oras, sa Belrive kami naninirahan, at tahimik ang pamumuhay ng aking mga magulang. Mas gusto ko palaging iwasan ang mga malalaking tao at mas pinili

ko na magkaroon ng malalim na kaibigan sa ilang tao lamang. Hindi naman talaga ako masyadong interesado sa aking mga kaklase sa pangkalahatan, ngunit naging napakalapit kong kaibigan ko ang isa sa kanila. Si Henry Clerval ay anak ng isang negosyante mula sa Geneva. Siya ay isang napakahusay at malikhain na batang lalaki. Sinisigla siya ng mga pakikipagsapalaran, mga hamon, at kahit mga panganib para sa saya lamang ng pagtitiyak. Marami na siyang binasang mga aklat tungkol sa mga bituin at mga romanticong kuwento. Minamahal niya ang pagsulat ng mga makapangyarihang awit at nagsimula ring magsulat ng mga kawilihan at kuwento tungkol sa mga moog at pakikipagsapalaran ng mga kabalyero. Sinubukan pa nga niyang pagsama-samahin kami sa mga dula o magsuot ng mga kostyum, at magkunwaring mga tauhan na nagmula sa mga bayani ng Roncesvalles, ang Bundok ng Palad ni Haring Arthur, at ang mga matatapang na mandirigma na lumalaban upang iligtas ang banal na lupain mula sa mga hindi mananampalataya.

Napakasayang kabataan ang aking dinaluhan. Palaging mabait at maunawaing mga magulang ang sa akin. Hindi nila kontrolado ang bawat kilos naming mga anak, subalit binigyan nila kami ng maraming magagandang karanasan. Sa paghahambing ko sa ibang pamilya, naintindihan ko kung gaano ako ka-swerte. Ito ang nagdulot sa akin ng malaking pasasalamat at ng pagmamahal ko ng lalo sa aking mga magulang.

Minsan, nagagalit o kinikilig na talaga ako sa mga bagay. Subalit hindi lamang sa mga bagay na kadalasan interesado ang aking nadarama, ngunit may malakas na pagnanais na matuto. Hindi kahit anong bagay, bagkus nagkaroon ako ng interes sa mga misteryo ng mundo. Hindi ako interesado sa mga wika o gobyerno o pulitika. Gusto kong malaman ang mga sekreto ng mundo, maging ito man ang pisikal na aspekto ng mga bagay o ang malalim na kahulugan ng kalikasan at tao. Ang mga tanong ko ay nakatuon sa metapisika, o ang mga misteryosong lihim ng mundo.

Samantala, si Clerval ay nakatuon sa mga moral na aspeto ng

buhay. Siya ay interesado sa mga bayani at kanilang mga kabayani-han, at hangad niyang maging isa sa kanila. Samantala, si Elizabeth, sa kanyang banal na kaluluwa, nagdala ng init at liwanag sa aming payapang tahanan. Nabusog kami lahat sa kanyang kabaitan, mga ngiti, malumanay na tinig, at ang pagmamahal na sinasalamin sa kanyang mga mata. Ang kanyang pagkakaroon ay pinalambot at nagbigay-inspirasyon sa akin, nagpapipigil upang hindi ako masyadong seryoso o malupit dahil sa aking matinding damdamin. Bilang para kay Clerval, nanatiling di nadadamay ng negatibidad ang kanyang dakilang espiritu.

41 Iniibig ko ang pag-iisip tungkol sa mga alaala ng aking kabataan. Noong mga panahong iyon, bago mangyari ang mga masasamang bagay, ang aking isipan ay puno ng malalaking pangarap na maka-pag-ambag sa mundo. Ngunit habang ang panahon ay nagdaan, ang aking mga iniisip ay naging mas nakatuon sa sarili at nawala ang kanilang kalasagan. Sa pagtingin ko sa mga unang araw ng aking buhay, napagtanto ko na ang ilang pangyayari ang nagdulot ng malungkot na kuwento na sumunod. Tulad ng karamihan ng mga bagay, munting mga pangyayari ang nagdulot ng mas malalaking pangyayari.

Ang pag-aaral ng natural na pilosopiya ang nagtadhana sa aking kapalaran. Sa pagkuwento ng aking kuwento, nais kong ipaliwanag ang mga bagay na nagpamahal sa akin sa siyensiyang ito. Noong ako'y labing-tatlo na taon gulang, kami ng aking pamilya ay nagtungo sa isang biyahe. Dahil sa masamang panahon, kami'y napilitang manatili sa loob ng aming tahanan sa isang inn sa isang araw. Doon ko natagpuan ang isang aklat ni Cornelius Agrippa. Sa una, binuksan ko ito na walang masyadong interes. Ngunit habang binabasa ko ang mga ideyang sinisikap niyang patunayan at ang mga kamangha-manghang bagay na kanyang pinag-uusapan, ako'y naging labis na nasiyahan. Parang isang malakas na ilaw ang sumisilaw sa aking isipan at hindi ko maipigil ang aking kasiyahan. Agad kong sinabi sa aking ama ang aking natuklasan. Gayunpaman, nang walang pakealam niyang tingnan ang pamagat ng aklat, sinabi niya, "Oh, Cornelius Agrippa! Anak kong si Victor, huwag sayangin ang iyong oras sa aklat na ito. Hindi ito sulit basahin."

42 Kung ibinigay ng aking ama sa akin ang paliwanag na ang mga ideya sa aklat ni Agrippa ay hindi na pinaniniwalaan at may mas magandang at mas praktikal na sistema ng agham ngayon, tigilan ko sana ang pagbabasa ng aklat ni Agrippa at tuunan na lang ng pansin ang iba kong pag-aaral. Ngunit hindi talaga tiningnan ng aking ama ang aklat na binabasa ko, kaya hindi ako sigurado kung alam niya ang nilalaman nito. Kaya't patuloy akong nagbasa nang may kasi-gasigan.

43 Nang makarating ako sa bahay, una kong ginawa ay hanapin lahat ng libro ng may-akdang ito. Kahit na ang mga modernong siyentista ay gumawa ng maraming matinding trabaho at nagawa ang kamangha-manghang mga natuklasan, palagi akong nagtatamo ng di-kasiyahan matapos mag-aral. Isang beses sinabi ni Sir Isaac Newton na siya ay parang isang bata na nagkolekta ng mga kabibe malapit sa malawak at hindi pa lubos na nasasaklaw na karagatan ng katotohanan. Ang ibang mga siyentista na kilala ko ay tila mga baguhan sa akin, kabilang na ako.

Ang mga karaniwang tao ay nakakakita sa mga bagay sa paligid nila at alam kung paano itong praktikal na gamitin. Ang mga pinaka-matalinong siyentistang kilala ko ay hindi masyadong alam kaysa doon. Nagsimula na silang maunawaan ang ilan sa mga lihim ng kalikasan, ngunit mayroon pa ring napakaraming hindi natin alam.

44 Ngunit narito ang mga aklat, at narito ang mga taong may mas angking kaalaman at naglalalim sa mga ito. Pinaniniwalaan ko ang lahat ng kanilang sinasabi at naging estudyante nila. Hindi intere-sado sa agham ang aking ama, kaya kailangan kong unawain ang mga bagay sa sarili ko, gaya ng isang bingi na bata na nagtatangkang matuto. Sa tulong ng aking mga bagong guro, pinagsikapan ko ang lubos na maunawaan ang alkimya at ang paghahanap ng panlunas ng buhay. Ngunit sa huli, nakatuon ako na nang buong pagkausap sa panlunas. Hindi masyadong mahalaga sa akin ang pera, ngunit imahinahan ang kapurihan at kaluwalhatian na aking mararating

kung magagamot ko ang lahat ng mga sakit at gawin kong hindi masugatan ang mga tao!

45   Mayroon din akong ibang mga panaginip. Ipinaahinga ng mga paborito kong mga awtor ang naisayang mga espiritu o demonyo, at desperadong nais kong makakita ng tunay na pangyayari. Bagaman ang aking mga pagsisikap ay laging nabigo, pinaniniwalaan kong ito ay dahil wala pa akong karanasan, hindi dahil kulang sa kasanayan o katapatan ang mga guro ko. Kaya't naghanda ako ng mahabang panahon para pag-aaralan ang mga lumang ideya, isinama-sama ang magkaibang teorya, at ipinagsikapang magkaroon ng kabuluhan sa magulong kaalaman. Ang aking imahinasyon at batang isip ang nagdala sa akin sa kaguluhang ito.

Nang ako ay mga labing-lima anyos, kasama ang aking pamilya ay nanatili kami sa aming bahay malapit sa Belrive. Isang araw, kami ay saksi sa isang malakas at nakakatakot na bagyo. Ang bagyo ay nagmula sa mga bundok ng Jura. Bigla, nakakita ako ng pagsabog ng ilaw na nagmumula sa isang lumang at magandang puno ng oak mga dalawampung yard ang layo mula sa aming bahay. Nang ang maliwanag na ilaw ay maglaho, ang puno ng oak ay nawala rin, iniwan na lamang ang isang sinunog na pinagputulan, karamihan dito ay mapunit na manipis na hiwa.

46   Mayroon na akong kaunting kaalaman tungkol sa batayang kuryente bago nangyari ito. Sa panahong iyon, mayroon kaming kasama na may malalim na kaalaman sa likas na pilosopiya, at siya ay sobrang tuwang-tuwa sa pangyayaring ito. Sinimulan niyang ipaliwanag sa akin ang isang bagong at kamangha-manghang teorya tungkol sa kuryente at galvanism. Ang kanyang sinabi ay nagpang-yari sa mga kilalang isipin na hinahangaan ko, tulad ni Cornelius Agrippa, Albertus Magnus, at Paracelsus, ay tila hindi gaanong mahalaga. Sa kasamaang-palad, ang pakikinig sa kanya ay nagpang-yari sa akin na mawalan ng interes sa aking karaniwang mga pag-aaral. Parang walang kahit anong kaalaman ang maaring malaman o maunawaan. Ang lahat ng dati kong pinagkakaabalahan sa isang iglap ay biglang nagmukhang hindi mahalaga. Sa isang kahindik-

hindik na pagbabago ng isip na karaniwang nangyayari sa atin kapag tayo ay bata pa, agad kong ibinaon ang aking mga dating interes. Tinukoy kong walang-kabuluhan at pangit ang likas na kasaysayan at ang lahat ng kaugnay nito. Nagsimula rin akong mamuhay na may matinding ayaw sa isang tinatawag na siyensyang hindi kailanman tunay na mauunawaan ang mundo. Sa ganitong isipan, ako ay nagtuon sa matematika at iba pang kaugnay na mga paksa. Pinaniniwalaan kong sila ay salig sa matatag na pundasyon at karapat-dapat sa aking pansin.

Ang ating mga kaluluwa ay binuo ng isang kakaibang paraan, at maaaring tiyak ang ating kapalaran sa pamamagitan ng maliliit na bagay. Pakiramdam ko na ang aking mga pagpili ay pinangangasi-waan ng aking tagapagtanggol na anghel.

Ito ay isang malakas na pagsisikap mula sa puwersa ng kabuti-han, ngunit sa kasamaang palad, hindi ito nagtagumpay. Ang kapalaran ay labis na makapangyarihan, at ang mga hindi mababago nitong batas ay matagal nang nagpasya sa aking lubos at nakakatakot na pagbagsak.

CHAPTER III

 Nᴀɴɢ ᴀᴋᴏ ᴀʏ ᴜᴍᴀʙᴏᴛ ɴɢ ʟᴀʙɪɴᴅᴀʟᴀᴡᴀ, nagpasiya ang aking mga magulang na dapat akong pumasok sa Unibersidad ng Ingolstadt upang ipagpatuloy ang aking edukasyon. Hanggang noon, ako ay nag-aaral sa mga paaralan sa Geneva. Ngunit naniniwala ang aking ama na mahalaga na maipadama sa akin ang iba't-ibang kultura sa labas ng aming bansa. Malapit na ang araw ng aking pag-alis. Ngunit bago pa man ito mangyari, ang una kong trahedya sa buhay ay naganap. Para bang isang tanda ng kalungkutan na naghihintay sa akin sa hinaharap.

49 Nagkasakit ng malubhang tigdas si Elizabeth at nasa malaking panganib ang buhay niya. Maraming tao ang nagtatangkang pilitin ang aking ina na hindi na siya alagaan. Sa simula, pinakinggan niya kami at nag-iwas, ngunit nang malaman niya na nasa panganib ang buhay ni Elizabeth, hindi na niya mapigil ang pag-aalala. Inalagaan niya ito at ang kaniyang maingat na pag-aalaga ay pinigil ang sakit. Gumaling si Elizabeth, ngunit sa kasamaang-palad, nagkasakit din ang aking ina. Malubha ang kaniyang lagnat, at nag-aalala ang mga doktor na maaaring ito na ang pinakamasamang resulta. Kahit sa huling sandali ng kaniyang buhay, nanatiling malakas at mabait ang

aking ina. Nagdala siya ng magkasama sina Elizabeth at ako at sinabi, "Aking mga anak, lagi kong pinangarap na kayong dalawa ay maging maligaya sa inyong pag-aasawa. Ngayon, maginhawa ang aking asawa sa pag-asa na iyon. Elizabeth, mahal ko, kailangan mong alagaan ang aking mga kapatid na mas bata sa'yo. Mahirap para sa akin na iwan kayo dahil ako ay lubos na naging maligaya at minahal. Ngunit ang mga saloobin na iyon ay hindi na akma sa akin. Subukan kong tanggapin ang kamatayan at umaasa na muling makita kayo sa ibang mundo."

50   Siya ay namatay nang payapa, at kahit sa kamatayan, ang kanyang mukha ay nagpapakita ng pag-ibig. Hindi ko na kailangang ipaliwanag kung gaano kahirap kapag nawala ang isang minamahal na tao. Nagiging isang puwang. Subalit sa paglipas ng panahon at sa pag-unawa na ang pagkawala ay tunay, lalo pang lumalalim ang sakit ng pagkalungkot. Ngunit sino ba ang hindi nakaranas ng sakit ng pagkawala ng isang minamahal? Hindi ko na kailangang ilarawan ang kalungkutan na naramdaman at mararamdaman ng lahat. Ang aking ina ay wala na, ngunit may mga responsibilidad pa rin kaming dapat tuparin. Kailangan naming magpatuloy at isaalang-alang ang aming mga sarili na maswerte pa rin dahil mayroon pa rin kaming hindi pa nawawalang minamahal.

51   Ang aking plano na umalis patungo sa Ingolstadt. Humiling ako sa aking ama ng ilang linggong dagdag. Ayaw kong mawalay sa mga taong narito pa, lalo na ang aking minamahal na si Elizabeth na inaasahan kong makahanap ng kahit kaunting ginhawa.

Sinikap niyang itago ang kanyang kalungkutan at maging isang pinagmumulan ng kasiyahan para sa lahat sa amin. Hinarap niya ang buhay nang buong tapang at nagpakita ng tibay ng kanyang kalooban. Nakatuon siya sa pag-aalaga sa aming tiyuhin at pinsan. Kahit na nakalimutan niya ang sariling kalungkutan habang pinipilit niyang palimutin kami sa aming mga kalungkutan.

Sa wakas, dumating ang araw ng aking pag-alis. Nagkasama kami ni Clerval sa huling pagkakataon. Sinubukan niyang kumbin-sihin ang kanyang ama na payagang sumama sa'kin, ngunit hindi niya nakita ang halaga ng mga pangarap at ambisyon ng kanyang anak. Malungkot na malungkot si Henry sa katotohanan na hindi niya magagawang tuparin ang mas malawak na edukasyon. Hindi siya masyadong nagsalita, ngunit kita ko sa kanyang mga mata na determinado siya at nabibigyan ng inspirasyon.

52   Nagpuyat kami. Hindi namin gusto na magkahiwalay o sabihin ang salitang "Paalam!" Sa wakas, sinabi namin ito, pero nagkunwari kaming matutulog, naisip naming niloko namin ang isa't isa. Bumaba ako sa karwaheng maghahatid sa akin palayo. Hinawakan ni Clerval ang aking kamay ng isang huling beses, sinabihan ako ni Elizabeth na magsulat palagi, at siya ay nagbigay ng isang huling yakap at atensyon bilang aking kabataang kasama at kaibigan.

53   Sumakay ako sa karwahe at ako'y nag-iisa na lamang. Kapag ako'y pumasok sa unibersidad, kailangan kong humanap ng mga bagong kaibigan at pangalagaan ang aking sarili. Palagi akong nasa loob ng proteksyon at sanay sa mga mukhang kilala, kaya ang ideya na maging sa gitna ng mga estranghero ay nagpaparamdam ng kaba sa akin. Ngayon, ang aking mga nais ay natutupad na, at magiging kamangmangan na magkaroon ng anumang pagsisisi.

May maraming oras akong mag-isip tungkol sa mga bagay na ito at higit pa habang ako'y naglalakbay papuntang Ingolstadt na mahaba at pagod. Bumaba ako sa karwahe at ako'y dinala sa aking sariling maliit na silid, kung saan maaari kong gamitin ang gabi ayon sa aking kagustuhan.

54   Kinabukasan, naghatid ako ng mga sulat na ibinigay sa akin at nagpunta ako upang bisitahin ang ilang mahahalagang propesor. Sa di inaasahang pangyayari, natagpo ko si G. Krempe, isang propesor sa natural na pilosopiya. Siya ay isang kakaibang tao ngunit napakalawak ng kaalaman sa kanyang larangan. Tinanong niya ako ng ilang tanong tungkol sa aking natutunan sa natural na pilosopiya. Hindi ko masyadong pinansin at biglang sinabi na nag-aral ako ng mga gawa ng mga alkimista. Nagulat ang propesor at tanong niya kung talagang itinapon ko lang ang oras ko sa ganitong kalokohan.

Sinabi ko na nagawa ko nga ito. Nainis si G. Krempe at sinabi,

"Ang bawat minuto na iyong ginugol sa mga aklat na iyon ay isang kumpletong pag-aaksaya. Pinuno mo ang iyong isipan ng mga luma at walang kwentang ideya at mga pangalan. Paano nangyari na sa isang lugar na walang nagsabi sa iyo na ang mga ideyang ito ay sinauna at hindi na relevanteng mga turo? Hindi kapani-paniwala na sa panahong ito ng liwanag at siyensiya, sinusunod mo pa rin ang mga turo ng mga gaya nina Albertus Magnus at Paracelsus. Giliw kong ginoo, kailangan mong simulan ang iyong pag-aaral mula sa umpisa."

55   Sa mga salitang iyon, umalis siya sa harap ko at gumawa ng isang listahan ng ilang mga aklat sa natural na pilosopiya na gusto niyang malaman ko. Pagkatapos, pinayagan na niya akong umalis, ngunit hindi bago sabihin sa akin na mag-uumpisa siyang magturo ng mga lektura sa natural na pilosopiya sa susunod na linggo. Binanggit din niya na ang isa pang propesor, si G. Waldman, ang magtuturo ng mga lektura sa kemistri sa mga araw na siya ay hindi magtuturo.

56   Bumalik ako sa bahay na pakiramdam ayos, dahil di na naman ganon kahalaga sa akin ang mga manunulat na hindi gusto ng propesor. Pero hindi rin naman sa pagkakataong ito ako naengganyong pag-aralan ang mga paksa na iyon nang higit pa. Si G. Krempe, ang isa pang guro, ay hindi gaanong maganda sa akin. Iniisip ko na ang modernong pag-aaral tungkol sa likas na pilosopiya ay walang silbi. Noong una, iba pa ang ginagawa ng mga siyentipiko, itinutuloy nila ang paghahanap ng kahal immortality at kapangyarihan. Kabaliktaran nito ang sitwasyon ngayon. Mukhang nakatuon lamang sila sa pagsasabing ang mga ideya na iyon ay hindi tunay, na labis kong nadismaya dahil ito pa naman ang mga bagay na nagpatibok sa aking interes sa agham. Gusto nilang ipaubaya ko ang mga nakakabighaning posibilidad para sa nakababagot na realidad.

57   Nang mga unang araw ko sa Ingolstadt, ginugugol ko ang aking panahon upang makilala ang lugar at ang mga tao na naninirahan roon. Naalala ko rin ang sinabi ni M. Krempe tungkol sa mga lektura. Bagaman ayaw kong makinig sa mapagmataas na taong iyon na

nagsasalita mula sa isang pulpit, naalala ko na isa pang guro na nabanggit ni M. Krempe si M. Waldman. Hindi ko pa siya nakita dahil siya ay wala sa bayan.

Sa pagkausisa at sa kadahilanang wala akong ibang magawa, pumunta ako sa silid-aralan kung saan dumarating si M. Waldman. Ang propesor na ito ay lubos na kaibahan kay M. Krempe. Mukha siyang mga limampung taong gulang at may mahinahong ekspresyon sa kanyang mukha. May mga kalbo siyang buhok sa kanyang mga tilamsik ngunit halos itim ang natitirang mga iyon. Siya ay pandak ngunit matatag ang pagtayo, at may pinakamahinhing boses na aking narinig. Sinimulan niya ang kanyang lektura sa pamamagitan ng pag-uusap tungkol sa kasaysayan ng kemistriya at ang mahahalagang natuklasan ng iba't ibang kilalang mga siyentipiko. Pagkatapos ay maikli niyang ipinaliwanag ang kasalukuyang kalagayan ng siyensiya at ibinigay ang kahulugan ng ilang mga batayang termino. Matapos gawin ang ilang eksperimento bilang paghahanda, nagtapos ang kanyang lektura sa pamamagitan ng pagsasalita ng papuri sa modernong kemistriya na hindi ko malilimutan.

58

"Noong unang panahon, ang mga dati nang guro ng siyensyang ito," sabi niya, "ay nagpapangako ng mga bagay na hindi nila kayang tuparin at walang nagawa. Ang mga kasalukuyang mga eksperto ay nagtatalo ng mas mababang mga pangako. Alam nila na ang mga metal ay hindi mababago sa ibang bagay. Sisiyasatin nila ang mga lihim ng kalikasan at ipapakita kung paano ito gumagana sa mga tagong lugar. Sila ay magtatangka sa langit, magdidiwang kung paano napapaligid ang dugo, at mauunawaan ang kalikasan ng hangin na ating nalalanghap. Kanilang nakamit ang mga bagong at halos walang hanggang kapangyarihan. Makokontrol nila ang tunog ng kulog, maisasakatuparan ang imitasyon ng lindol, at maaaring lumikha ng mga ilusyon ng hindi nakikita na mundo."

Iyan ang mga salita ng propesor - o mas tumpak na salita, mga salita ng kapalaran - na sinasalita upang sirain ako. Habang patuloy siyang nagsasalita, parang mayroong labanan sa aking kalooban.

Sinugatan niya ang iba't ibang aspeto ng aking pagkatao, binubuhay ang aking isip sa isang solong isipin, konsepto, at layunin. "Lahat nga ay nagawa na," sinabi ng kaluluwa ni Frankenstein, "ngunit ako ay magkakamit pa ng higit pa. Sumusunod sa landas na dati nang nabuklat, ako ay magiging pangunahin sa bagong paraan, susuriin ang hindi pa natuklasang kakayahan, at ipahahayag sa mundo ang pinakamalalim na lihim ng paglikha."

59	Hindi ako makatulog ng gabing iyon. Kasiyahan at kaguluhan ang umiiral sa loob ko, at umaasa akong magkakaroon ng kaayusan. Ngunit wala akong paraan para gawin itong mangyari. Dahan-dahan, sa pagdating ng umaga, dumating na rin ang pagkakataon para makatulog. Nang magising ako, parang panaginip lang ang aking mga iniisip mula sa nakaraang gabi. Ang tanging natira ay ang determinasyon na bumalik sa aking dating pag-aaral at magtuon sa isang siyensiyang pinaniniwalaan kong mayroon akong likas na katalinuhan sa. Sa parehong araw, bumisita ako kay M. Waldman. Mas mabait at mas kaibigan pa siya sa pribado kaysa sa kanya sa harap ng publiko. Sa sarili niyang tahanan, pinalitan niya ang dangal na ipinakita niya sa kanyang lektura ng pagkamainit at kabutihan. Ipinahayag ko sa kanya halos pareho na kuwento tungkol sa aking mga nakaraang pag-aaral na sinabi ko sa kanyang kasama. Pansin niyang pinakinggan ang aking munting kuwento at ngumiti sa mga pangalang Cornelius Agrippa at Paracelsus, ngunit wala sa kanya ang pag-aamuyan na ipinakita ni M. Krempe. Sinabi niya, "Ang mga ito ay mga taong lubos ang dedikasyon kung saan mayroon tayong malaking pasasalamat sa kanila sa ating kaalaman. Sila ang nag-abala upang bigyan tayo ng mga bagong pangalan at ayusin ang mga katotohanan na kanilang tinulungan na malaman. Ang mga gawa ng mga natatanging tao, kahit na sila ay namali, sa huli ay madalas na naglilingkod sa ikabubuti ng sangkatauhan." Nakinig ako sa kanyang mga sinabi, na walang pagpapanggap o pagkamakapang-yarihan. Pagkatapos ay hiningi ko ang kanyang payo kung aling mga aklat ang dapat kong makuha.

60	"Natutuwa ako," sabi ni G. Waldman, "na natagpuan ko ang

isang mag-aaral tulad mo. Kung magsisikap ka, naniniwala ako na magtatagumpay ka. Ang kemistriya ay isang larangan ng agham kung saan mayroon nang naganap at maaaring magpatuloy pa ng malalaking pag-unlad. Kaya't inilagay ko ang aking pokus sa pag-aaral nito. Ngunit hindi ko rin binalewala ang ibang larangan ng agham. Hindi magiging isang mahusay na kemista ang isang tao kung sa kemistriya lamang sila nag-aalala. Kung talagang nais mong maging isang siyentista at hindi lamang isang maliit na eksperimen-tador, iminumungkahi ko sa iyo na suriin mo ang lahat ng sangay ng likas na pilosopiya, kasama na rito ang matematika."

Matapos ang aming pag-uusap, dinala ako ni G. Waldman sa kanyang laboratoryo at ipinakita sa akin kung paano gumagana ang kanyang mga makina. Sinabi niya sa akin ang mga kagamitan na kailangan ko at pangako niyang hayaan akong gumamit ng kanyang mga makina kapag sapat na ang aking kaalaman. Binigyan rin niya ako ng isang listahan ng mga aklat na aking hiningi. Sa pamamag-itan nito, sinabi ko ang aking paalam.

Mahalaga para sa akin ang araw na ito. Ito ang nagtatakda ng aking susunod na landas.

CHAPTER IV

 MULA SA ARAW NA IYON, malaki ang aking tiniyak sa pag-aaral ng likas na pilosopiya, lalo na sa kemistriya. Dinala akong magbasa ng mga akda ng mga makabagong isipinero na sumulat tungkol sa mga paksa na ito. Dumalo ako sa mga talakayan at naging kakilala sa mga siyentista sa unibersidad. Kahit si G. Krempe, sa kabila ng kanyang di-kanais-nais na hitsura at pag-uugali, ay mayroong maraming praktikal na kaalaman na maibibigay. Ngunit si G. Waldman ang naging tunay na kaibigan ko. Siya ay mabait. Ginawan niya ng paraan na maging madaling maintindihan ang mga mahihirap na konsepto at ako'y ginabayan niya. Madalas, nagtatrabaho ako sa aking laboratoryo hanggang umaga, sa labis na pagkalaan sa aking pag-aaral na hindi ko na mapapansin pa ang pagkalipas ng mga bituin sa liwanag ng araw.

 Habang ako'y nagpupursigi, madaling maunawaan na ako'y gumagawa ng mabilis na pag-unlad. Ikinagulat ng mga estudyante ang aking kasiglahan. Naganap ang dalawang taong ito nang hindi ako bumibisita sa Geneva. Ganap akong nagpakasang gumawa ng mga nakaaaliw na natuklasan. Sa pagtatapos ng dalawang taon na iyon, nagawa ko pang pag-ayusin ang ilang mga kemikal na instrumento, na kung saan ay nagbigay sa akin ng maraming respeto at paghanga sa unibersidad. Sa puntong ito, natutunan ko na ang lahat ng maaaring matutunan mula sa mga propesor sa Ingolstadt. Dahil sa hindi na ako natutulungan sa pagpapalago ng aking kaalaman don, nais ko nang bumalik sa aking mga kaibigan at bayan. Gayunpaman, may nangyaring pangyayari na nagdulot sa akin na palawakin ang aking paglagi doon.

63 Isa sa mga bagay na lubos na nagpukaw ng aking atensyon ay ang estruktura ng katawan ng tao. Upang siyasatin ang mga sanhi ng buhay, kinakailangan munang maunawaan ang kamatayan. Natuto ako sa agham ng anatomiya, ngunit hindi ito sapat. Alam kong kailangan kong makita kung paano nagkakabulok ang isang katawan. Sa aking edukasyon, tinutukan ng aking ama na ang aking isipan ay hindi dapat ma-sindak sa anumang supernatural na kahihinatnan. Ngunit ngayon, ako ay tinungo upang siyasatin ang sanhi at pag-unlad ng pagkakabulok na ito, at pinilit na magdagdag ng mga araw at mga gabi sa obserbasyon kung saan ako'y makapagbubuntong hininga. Nakita ko kung paano inabuso at nasayang ang kahayupang anyo ng tao. Huminto ako, sinisiyasat at sinuri ang lahat ng mga maliit na detalye ng sanhi, na ipinakikita sa pagbabago mula sa buhay hanggang sa kamatayan, at kamatayan hanggang sa buhay, hanggang mula sa gitna ng kadiliman na ito ay biglang nagningning ang liwanag sa aking kalooban. Hindi ko maaaring paniwalaan na ako, sa lahat ng mga tao, ang itinakdang makasumpong ng isang napakamanghaing lihim.

64 Pakiusap, hindi ko binabanggit ang pangitain ng isang baliw. Matapos araw at gabi ng labis na hirap at pagod, ako ay nagtagumpay sa pagtuklas kung paano gumawa ng isang bagay na puno ng buhay.

  Ang pagkamangha na una kong naramdaman sa pagtuklas na ito ay agad na napalitan ng tuwa at pagka-obsessed. Ang natuklasan na ito ay napakalaki at napakalubha, na ang lahat ng mga hakbang na pinakakatandaan ko noong una ay natabunan, at tingin ko na lamang sa resulta. Ang dati ay pangunahing pag-aaral at hangarin ng pinakamatalinong mga tao mula pa sa paglikha ng mundo ay ngayon ay nasa aking kamay. Hindi nangyari ito tulad ng isang mahiwagang eksena na bigla na lamang nagbukas sa harap ko: ang impormasyong nakuha ko ay higit na nagtuturo sa aking mga pagsisikap habang ako'y i-direction ko ito sa layunin ng aking pagsusuri, kaysa ipakita ang ganap na naisakatuparan na ng layuning iyon.

65   Nakikita ko ang iyong kasigasigan at ang katiwalaan sa iyong mga mata, kaibigan ko. Mukhang gusto mong malaman ang sikreto na alam ko, pero hindi ko ito maaaring ibahagi sa iyo nang direkta. Pakisuyo na pakinggan mo ang buong kuwento nang may pasensya, at mauunawaan mo kung bakit ito'y isang sekreto. Hindi ko nais na dalhin ka sa isang delikadong landas tulad ng dati kong ginawa, kung saan ikaw ay nagbunga lamang ng pagkasira at pagkalungkot. Maging maingat at alamin ang panganib ng labis na paghahangad ng kaalaman. Mas mabuti para sa isang tao na maging kuntento sa kanilang sariling bayan at hindi magsikap na maging higit pa sa kung ano sila sa likas na paraan.

66   Nang unang matuklasan ko ang napakamakapangyarihang ito na mayroon ako, hindi ko magawang magpasiya kung paano ito gagamitin. Ang paglikha ng katawan na may mga kumplikadong bahagi tulad ng mga kahoy-kahoy, kalamnan, at ugat ay isang mahirap na gawain. Sa simula, nagtanong ako sa sarili kung dapat ba akong lumikha ng isang nilalang katulad ko, o ng isang mas simple. Ngunit sa aking kumpiyansa at kasiyahan sa aking unang tagumpay, naniniwala ako na magagawang mabuhay ang isang nilalang na kasing kumplikado at kamangha-mangha ng tao. Minsan ay hindi sapat ang mga materyales na aking mayroon para sa ganitong kahirap na gawain, ngunit may pananalig ako na sa bandang huli ay magtatagumpay ako. Alam kong may maraming hamon sa daan at ang aking gawain ay hindi maaaring maging perpekto, ngunit naniniwala ako na ang aking mga pagtatangka ay makakabuo ng pundasyon para sa tagumpay sa hinaharap. Hindi ko itinuring ang laki at kumplikasyon ng aking balak bilang isang

dahilan para sumuko. Sa mga saloobin na ito, sinimulan kong lumikha ng isang taong tao. Sapagkat ang maliliit na detalye ay nagpapatagal sa akin, binago ko ang aking orihinal na plano at napagdesisyunan na gawing malaki ang nilalang, mga walong talampakan ang taas. Matapos magpasiya at makalipas ang ilang buwan ng pangongolekta at pagsasaayos ng aking mga materyales, sinimulan ko ang aking gawain.

67   Naramdaman ko ang iba't ibang emosyon na nagtulak sa akin ng malaking lakas, tulad ng isang malakas na hangin, noong una kong maranasan ang tagumpay. Ang buhay at kamatayan ay tila mga hangganan na nais kong lampasan, na nagdadala ng liwanag sa ating madilim na mundo. Ini-imahin ko ang paglikha ng isang bagong uri. Sa pag-iisip sa lahat ng ito, naniniwala ako na kung magagawang bigyan ng buhay ang mga walang buhay na bagay, baka, sa paglipas ng panahon (bagaman ngayon ay alam ko na ito'y imposible), mabubuhay ko muli ang katawan na itinuturing na patay at nasaisang tabi.

68   Ang mga saloobin na ito ang nagpilit sa akin na patuloy na magtrabaho sa aking proyekto. Napakatagal kong nag-aral kaya't lumamig ang aking mukha at nangayayat ang aking katawan sa pagkakulong sa isang lugar. Minsan, kapag lubos na malapit na ako sa tagumpay, nasasawi ako. Ngunit hindi ako sumuko sa pag-asa. Naniniwala ako na ang susunod na araw o kahit ang susunod na oras ay maaaring magdala ng pagbubunyag na kailangan ko. Mayroon akong isang lihim na ako lamang ang nakakaalam, at ito ang nagbibigay lakas sa bawat pagsisikap ko. Nagtrabaho ako nang malalim sa gabing walang buwan, sa harap ng buong kalikasan. Ito'y isang nakakatakot at makasalanan na proseso. Nagpaabot ako ng kamay sa libingan at gumamit ng mga buhay na nilalang upang bigyan ng buhay ang walang buhay na lutang na luwad. Ang mga alaala ng mga sandaling iyon ay ngayon ay sumasagit sa aking kalu-luwa, ngunit noon, ako ay labis na natutuon sa isang di-matanggap at halos hayskul na pagnanasa. Ako'y lubos na nakatuon sa isang layunin, na hanggang sa nararamdaman ko na ang aking kaluluwa at

mga kalasag ay lubos na nawawala. Parang nasa isang trans bilang ako'y nasa kapanatagan, ngunit kapag tumigil ang hindi natural na pagnanasa, bumabalik ako sa aking dating sarili. Nagtipon ako ng mga buto mula sa mga sementeryo at niyaon ay nilapastangan ang mga banal na lihim ng katawan ng tao gamit ang aking maruming mga kamay. Nagkaroon ako ng isang kusina sa isang hiwalay na silid sa tuktok ng bahay, na hiwalay sa lahat ng ibang mga silid. Ito'y napuno ng mga kasangkapan at materyales na kailangan para sa aking kadiri at karimlan na likha. Lubos akong inabalahang sa aking trabaho na literal na nangingisay ang aking mga mata habang binibigyan ko ng atensyon ang bawat maliit na detalye. Nagkuha ako ng mga materyales mula sa silid ng nagdissect at maging mula sa sementeryo. Mayroong mga pagkakataon na hindi ko mapapalapit ang sarili ko sa aking mga mithiin, ngunit tuwing ako ay lubos na nagnanasa, ako'y nagpatuloy, palaging malapit sa pagkumpleto ng aking gawain.

Ang mga buwan ng tag-init ay lumipas. Ang kalikasan ay hindi kailanman nagmukhang mas maganda. At ang mga damdamin na nagpaligaw sa akin mula sa mga tanawin sa paligid ay nagpatahimik din sa akin sa aking mga kaibigan na malayo sa akin ng ilang milya, at sa matagal na panahon na hindi ko sila nakita. Alam ko na ang aking katahimikan ay nag-aalala sa kanila. Maalala ko ang mga salita ng aking ama: "Batid ko na habang ikaw ay natutuwa sa iyong sarili, iisipin mo kami nang may pagmamahal, at madalas kang maririnig mula sa iyo. Kailangang patawarin mo ako kung ituring ko anumang paghina ng iyong pagtatalastasan bilang patunay na ang iba mong mga tungkulin ay hindi nagiging negosyo rin."

Inakala ko na sasawayin ako ng aking ama sa aking pagparusa, ngunit ngayon nakikita ko na mayroon siyang punto. Ang isang taong perpekto ay dapat laging may mapayapang isip at hindi hahayaang ang malalakas na damdamin o pansamantalang pagnanais ay magulo ang kanilang kapayapaan. Naniniwala ako na ang prinsipyo na ito ay may kinalaman din sa paghahanap ng kaala-man. Kung ang paksa na iyong pinag-aaralan ay nagpapalayas sa iyo sa mga simpleng kasiyahan na nagdudulot ng dalisay na kasiyahan, ibig sabihin ay mali ang pag-aaral na iyon, na ang ibig sabihin ay hindi ito mabuti para sa kaisipan ng tao. Gayunpaman, kung bawat isa ay susunod sa patakaran na ito at hindi hahayaang maging sagabal ang anumang bagay sa kanilang pagmamahal sa pamilya at kapayapaan, maraming mga bagay ang hindi magiging kasama sa atin.

Ngunit nalimutan ko na nagbibigay ako ng payo sa buhay kahit na ang pinakakapana-panabik na bahagi ng aking kuwento ay nangyayari, at ang inyong mga reaksyon ay nagpapaalala sa akin na ipagpatuloy ang kuwento.

Hindi man ako sinaway ng aking ama sa kanyang mga liham, napansin niya ang aking katahimikan at mas madalas na nagtatanong kung ano ang aking ginagawa. Sa buong taglamig, tagsibol, at tag-init, ako ay lubos na nasasalat sa aking gawain at hindi naglaan ng pansin sa kagandahan ng mga bulaklak na sumisibol at lumalago, na dating nagdudulot sa akin ng lubos na kaligayahan. Ang mga dahon ay nalanta na noong malapit na ako matapos sa aking proyekto. Gayunpaman, sa halip na maramdaman na parang isang alagad ng sining na nag-eenjoy sa aking paboritong aktibidad, mas naramdaman ko na parang isang alipin na nagpapakahirap sa isang minahan o sa ibang hindi kasiya-siyang trabaho. Tuwing gabi, aking tiniis ang isang mabagal na lagnat at naging sobrang nag-aalala. Natakot ako sa pinsalang nagawa ng aking trabaho sa akin. Gayunpaman, naniniwala ako na kapag natapos ko ang aking likha, ang ehersisyo at saya ang tutulong sa akin na makabawi mula sa simula ng karamdaman. Inaabangan ko ang parehong mga bagay na iyon.

CHAPTER V

72 ISANG MAPANGLAW NA GABI NG NOBYEMBRE NANG AKO'Y MAKAKITA NG BUNGA NG LAHAT NG AKING PINAGHIRAPAN. Naramdaman ko ang sobrang pangamba na parang kirot. Naghanda ako ng mga kasangkapan upang bigyan buhay ang walang-buhay na bagay sa harap ko. Maaga na ng umaga, at ang ulan ay malungkot na tumatama sa mga bintana. Halos wala ng natirang kandila, ngunit sa malabong liwanag, nakita ko ang malamig at dilaw na mata ng nilalang na nabuksan. Itinangka nitong huminga at hindi mapakali ang mga kahigpitan nito.

Hindi ko lubos maisasalarawan ang kombinasyon ng mga damdaming naramdaman ko sa malaking sandaling ito, o maisasalin kung gaano kadiri ang nilalang na ito. Ang mga kahigpitan nito ay tama ang sukat at ang mga detalye sa mukha nito ay dapat sana'y maganda. Pero, Diyos ko! Ang dilaw nitong balat ay kaunti na lamang ang nakatagong mga kalamnan at ugat sa ilalim. Mayroon itong makintab, itim, at malalagong buhok at perlas-puting mga ngipin. Ngunit ang mga itong tinatawag na karangyaan ay naglagay lamang ng matinding takot sa kasalukuyan nitong mga luha na halos parehong kulay ng pawalan nitong mga suso, sa napakataas nitong kutis, at mga tuwid nitong maitim na mga labi.

73   Matagal kong pinagtrabahuan ng halos dalawang taon ang layuning bigyan buhay ang di-kumikilos na katawan. Dahil dito, ako'y nagpapakasakit at hindi nagpapahinga. Naghahanap ako ng bawat pagkakataon at habang ako ay natutulog, ako'y abala sa pinakamagulong panaginip. Inakala kong nakakita ako ng sariwa at malusog na si Elizabeth, na naglalakad sa mga lansangan ng Ingolstadt. Tuwang-tuwa at nagulat, inakap ko siya, ngunit habang inihahalik ko ang unang halik sa kanyang mga labi, ang mga ito ay nagdilim, nagkamay-irit ng kahinaan; ang kanyang mga mukha ay tila nagbago, at inakala kong hawak ko ang bangkay ng aking yumao na ina sa aking mga bisig. Pagkatapos, nakita ko ang bangungot – ang aba at kawawang halimaw na aking nilikha. Itinaas niya ang kurtina ng kama, at ang kanyang mga mata, kung saan man ito mapag-ugatan, ay nakatitig sa akin. Ang kanyang mga bibig ay nagbukas, at kinaharap niya ako. Naghanap ako ng pagsalansang sa hardin na nauugnay sa bahay na aking tinutuluyan; doon ako nanatili sa natitira pang bahagi ng gabi, naglalakad-lakad nang malikot, puno ng pag-aalala, tumitigil at nakikinig nang buong atensyon sa bawat tunog na parang nag-aabiso ng paglapit ng demonyakong bangkay na aking pinahahalagahan nang gayong kasawiang-palad na bigyan ng buhay.

74   Oh hindi! Walang sinuman ang makatitiis sa kahindik-hindik na anyo ng mukha na iyon. Kahit isang mumya na bumuhay muli ay hindi kasing nakasisindak ng nilalang na iyon. Isang gabing puno ng kalungkutan ang aking pinagdaanan. Minsan, ang aking puso ay kumukurap ng mabilis at malakas na parang nararamdaman ko itong dumudugo sa bawat ugat. Sa ibang pagkakataon, ako'y lubhang mahina at pagod na madalas ay hindi ako makatayo nang maayos. Kasabay ng karumal-dumal na ito, nararamdaman ko rin ang malalim na pagkabigo. Ang mga panaginip na dati'y nagdudulot sa akin ng kasiyahan at ginhawa ay ngayon ay naging isang buhay na

bangungot. Lahat ay nagbago nang mabilis, at ako'y lubos na nadaragdagan ng kawalang-kakayanang magtimpi.

Sa wakas, dumating ang umaga, madilim at maulan. Tumungo ako sa labas nang may mga pagod at masasakit na mata at nakakita ako ng simbahan ng Ingolstadt, may puting tore ng simbahan na nagpapakita na alas-sais na. Bumukas ang katiwala ng pintuan ng hardin na kinaroroonan ko ng pansamantalang takas sa gabi. Lumabas ako sa lansangan, naglakad nang mabilis na tila'y sinusubukang iwasan ang nilalang na inaakala kong maaaring lumitaw sa kahit saang sulok. Hindi ako naglakas-loob na bumalik sa aking silid, kaya napilitan akong magpatuloy sa paggalaw, kahit ang ulan ay umaambon mula sa maitim at malungkot na langit.

Tumuloy akong maglakad nang gayon para maalalayan ang aking isip mula sa malaking pasan sa aking dibdib. Naglakbay ako sa mga lansangan nang hindi talaga alam kung nasaan ako o ano ang aking ginagawa. Puspos ng takot ako, at ang puso ko ay tumitibok nang mabilis. Nagmadali akong maglakad, hindi naglakas-loob na tumingin sa paligid.

Parang ako'y naglalakad mag-isa sa madilim at nakakatakot na daan. Patuloy akong nagmartsa, hindi naglakas-loob na humarap dahil alam kong may isang nakakatakot na nilalang na sumusunod nang malapit sa likuran ko.

Tinuloy ko ito hanggang sa marating ko ang tindahan na kung saan karaniwan nang humihinto ang mga iba't ibang bus at karwahe. Naghinto ako doon nang walang malinaw na dahilan, bagaman hindi ko maipaliwanag kung bakit. Tumayo ako roon sa loob ng ilang minuto, nagmamasid ng isang kotseng papalapit sa akin mula sa ibang dulo ng kalsada. Habang lumalapit ito, napag-tanto ko na ito ay ang Swiss coach. Ito'y huminto mismo kung saan ako'y nakatayo, at nang bumukas ang pinto, nakita ko si Henry Clerval sa loob. Nakita niya ako at agad siyang lumundag mula sa kotseng iyon. "Mahal kong Frankenstein!" sigaw niya. "Tuwing ikaw ay nakikita ko, lubos akong natutuwa! Swerteng narito ka ngayong ako'y bababa na!"

76   Napuno ako ng kaligayahan nang makita si Clerval. Ang kanyang pagkakaroon ay nagpaalala sa akin sa aking ama, Elizabeth, at sa mga nakaaaliw na alaala ng tahanan. Hinawakan ko ang kanyang kamay at sa sandaling iyon, nawala ang lahat ng aking pangamba at kapighatian. Ito ang unang pagkakataon sa loob ng mga buwan na naramdaman ko ang kalinawan at tunay na kaligayahan. Mainam na inihayag ko ang aking pagbati sa aking kaibigan at naglakad kami patungo sa aking kolehiyo. Sinabi ni Clerval tungkol sa ating mga kaibigan at sa kanyang kaligayahan sa pagkakataong pahintulutan siyang pumunta sa Ingolstadt. Sinabi niya, "Maaring maisip mo kung gaano kahirap ako kumbinsihin ang aking ama na may higit pang kaalaman sa pagtuturo maliban lamang sa pagtatrabaho sa mga aklat. Hindi siya naniniwala hanggang sa huli, at palaging sinasabi ang parehong bagay: 'Mayroon akong sapat na pera at pagkain kahit hindi ako marunong ng Griyego.' Ngunit sa wakas, nalampasan ng kanyang pagmamahal sa akin ang kanyang pagsalungat sa pag-aaral, at pinayagan niya akong magsimula sa isang paglalakbay ng pagtuklas sa lupa ng kaalaman."

"Napakasaya kong makita ka! Bago ang lahat, pakisabi naman sa akin kung kumusta ang aking ama, mga kapatid, at si Elizabeth."

77   "Okay, at sila'y masaya na masama lang ang loob kasi hindi madalas kang nagpaparamdam. Sa ngayon, gusto kong pag-usapan din sila. Pero, mahal kong Frankenstein," sabi niya, humihinto at malapitan akong tinitingnan, "Hindi ko napansin kanina kung gaano ka-sakit na hitsura mo. Sobrang payat at maputla ka, parang palagi kang gising sa maraming gabi."

"Tama ang iyong hula; talagang abala ako sa mga bagay ngayon, kaya hindi ako makakuha ng sapat na pahinga, tulad ng napapansin mo. Pero umaasa ako na tapos na ang lahat ng mga gawain na iyon, at ngayon ako'y malaya na."

78   Nang takot na takot ako at hindi kayang isipin o banggitin ang nangyari kagabi. Pabilisan akong naglakad at sa wakas ay nakarating kami sa aking kolehiyo. Nalaman ko nang may kuryente sa katawan at ang nilalang na iniwan ko sa aking silid ay maaaring naroon pa

rin, buhay at naglalakad-lakad. Takot akong makita ang halimaw na ito, subalit mas takot ako na makita ito ni Henry. Kaya't hiningi ko kay Henry na maghintay sa ibaba ng hagdanan ng ilang minuto habang ako'y nagmamadaliang pumunta sa aking silid. Humawak ako sa takip ng pinto bago ko matandaan na huminto. Tumigil ako at nadama ang lamig na tumatakbo sa aking katawan. Pilit kong pinasok ang silid: walang laman. Ang aking silid ay malaya rin mula sa nakakatakot na bisita. Mahirap paniwalaan na ganitong kabuting kapalaran ang dumating sa akin. Subalit nang maunawaan ko na ang aking kaaway ay tunay na nawala, nagpalakpakan ako sa tuwa at nagmadaling tumakbo pabalik kay Clerval.

Umakyat kami sa aking silid, at agad na dinala ng alipin ang almusal; ngunit hindi ko mapigilan ang sarili ko. Hindi lamang kasiya-siya ang aking nararamdaman; naglalaway ang aking balat at mabilis ang tibok ng aking puso. Hindi ako mapakali kahit isang segundo; sumisidhi ako sa mga upuan, pumapalakpak ng mga kamay, at malakas na nagtatawanan. Sa una, iniisip ni Clerval na natutuwa lamang ako sa kanyang pagdating, ngunit nang malapitan niya ako, nakita niya ang kalokohan sa aking mga mata na hindi niya maunawaan. Natakot at nagulat siya sa aking malakas at hindi kontroladong pagtawa.

"Victor, aking ibig," sigaw niya, "anong nangyayari? Huwag kang tumawa ng ganyan. Mukha kang napakasama! Ano ang dahilan ng lahat ng ito?"

"Huwag mo akong tanungin," sigaw ko, sinasara ang mga mata ko ng aking mga kamay dahil akala ko'y nakikita ko ang nakakatakot na multo na pumasok sa silid. "Siya ang makapagsasabi sa'yo. Oh, iligtas niyo ako! iligtas niyo ako!" Iniisip ko na ang halimaw ang humahawak sa akin; tiniis ko ngunit biglang nagkaron ako ng atake.

Kawawa naman si Clerval! Mahirap langin isipin kung ano ang nadarama niya. Ang pagkikita na matagal niyang pinangarap ng may kaligayahan ay naging mapait at kakaiba. Subalit hindi ko nasak-sihan ang kaniyang kalungkutan dahil ako'y walang malay at hindi bumalik ang aking mga malay sa loob ng napakatagal na panahon.

80 Ito ang simula ng isang nerbiyosog lagnat na nagpabilis ng pagkakabedridden ko sa loob ng maraming buwan. Si Henry lamang ang nag-alaga sa akin noong buong pagkakataong iyon. Nalaman ko na hindi niya nais na mag-alala ang aking ama at si Elizabeth, kaya't itinago niya ang tunay na kalubhaan ng aking sakit. Alam niyang mas mabuti niyang mai-aalagaan ako kaysa kaninuman, at tiwala siya sa aking paggaling. Iniisip niya na sa pangangalaga niya sa akin, ginagawa niya ang isang kabutihan para sa kanila.

Subalit ang totoo, labis akong nagkasakit. Kung hindi dahil sa patuloy na pag-aasikaso at atensyon ng aking kaibigan, malamang hindi ko ito malampasan. Hindi ako makapaghinto sa pagkakita sa huhu mong aking nilikha sa aking isipan, at patuloy akong nag-uusap tungkol dito nang paulit-ulit. Sa simula, inakala ni Henry na bunga lamang ito ng aking imahinasyon, ngunit dahil sa paulit-ulit na pagbalik ko sa parehong paksa, inakala niya na mayroong tunay na kahindik-hindik na pangyayari na nagdulot ng aking karamdaman.

81 Sa pamamagitan ng pagiging unti-unti nang bumubuti at mayroong mga tagumpay na nag-aalala sa aking kaibigan, unti-unti akong gumaling. Naalala ko ang unang pagkakataon na nang makita ko ang mga bagay sa labas na may kaunting kasiyahan. Napansin ko na ang mga nahulog na dahon ay nawala na, at ang mga bagong sanga ay umuusbong sa mga puno malapit sa aking bintana. Napak-agandang tagsibol ito, at ito ay nakatulong sa aking paggaling. Naparamdam ko rin ang kaligayahan at pag-ibig muli sa aking puso. Nawala na ang dilim, at sa lalong madaling panahon, ako ay tulad ng dati na masayang tao bago ako nagkasakit.

"Mahal kong Clerval," sabi ko "napakahabang pagsasagot sa'yo bilang utang na loob sa iyo. Sa halip na mag-aral ka ng buong taglamig tulad ng iyong plano, kasama mo ako sa aking silid habang ako ay maysakit. Paano ko kayang mabayaran ang lahat ng ito? Nanghihinayang ako sa'yo, subalit inaasahan kong mapatawad mo ako."

"Buong-loob akong matutugunan mo kung hindi ka mag-aalala

at pangunahan mong magpagaling ka nang mas mabilis pa," sagot ni Clerval. "At dahil mukhang maganda ang kalooban mo, pwede ba kitang kausapin tungkol sa isang bagay?"

Naramdaman ko ang kaunting kaba. Tungkol saan kaya siya nagsasalita? Ito kaya ay may kinalaman sa bagay na hindi ko dapat sikapin pa man?

"Huwag kang mag-alala," sabi ni Clerval nang mapansin niya ang pagbabago ng kulay ng aking mukha. "Hindi ko na ito itataguyod kung ito ay magdudulot ng pagkabahala sa'yo. Subalit iyong ama at pinsan ay magiging tuwang-tuwa kapag natanggap nila ang sulat mula sa'yo gamit ang iyong sariling kamay. Hindi nila alam gaano ka lubos ang iyong pagkakasakit, at nag-aalalang wala ka nilang natatanggap na sulat mula sa'yo sa loob ng mahabang panahon."

"Gano'n na lang ba 'yun, mahal kong Henry? Paano mo naisipang hindi ko agad maisip ang aking mga minamahal na kaibigan na tunay na inaasam-asam ko at karapat-dapat sa aking buong pagmamahal?"

"Kung ganiyan ang nararamdaman mo ngayon, kaibigan ko, marahil ikinalulugod mong basahin ang isang sulat na nandito nang ilang araw, na nakalagay ang iyong pangalan. Palagay ko, ito ay mula sa iyong pinsan."

CHAPTER VI

 Ibinigay sa akin ni Clerval ang isang sulat. Ito ay mula sa aking pinsang si Elizabeth.

"Mga pinsan kong mahal,

Ikaw ay labis na maysakit, at kahit ang mga sulat mula kay Henry ay hindi nagpapagaan ng loob ko tungkol sa iyo. Hindi ka pinapahintulutan na sumulat o humawak ng pluma, ngunit kailangan kong marinig mula sa iyo, Victor. Mahalaga sa amin na malaman na maayos ka. Araw-araw akong naghihintay ng sulat, at pinilit ko ang aking tiyuhin na hindi pumunta sa Ingolstadt. Ayoko siyang daanan ang mga kahirapan at panganib ng napakahabang biyahe. Sana ako na lang ang nakapunta! Iniisip ko na may isang matanda at hindi gaanong mapag-alalang nag-aalaga sa iyo. Hindi nila maunawaan ang mga pangangailangan mo tulad ng pagkaunawa ko, iyong kawawang pinsan. Pero iyon ay nakaraan na ngayon. Sinasabi ni Clerval na gumagaling ka. Sana makapagsulat ka na ng madali upang kumpirmahin ang balitang ito."

"Magpagaling ka agad at balik ka sa amin. Ang aming tahanan ay puno ng pagmamahal at kaligayahan, at sobrang namimiss ka namin. Malakas at gusto lang malaman kung okey ka ang iyong ama. Palagi siyang may ngiting mabait sa kanyang mukha at walang bagay na magpapabalisa sa kanya. Ika'y magugulat sa paglaki ni aming kapatid na si Ernest! Labing-anim na siya ngayon at puno ng enerhiya. Pangarap niya na maging isang proud Swiss at maglingkod sa aming bansa, ngunit hindi namin siya pinapayagan hangga't hindi bumabalik ang kanyang nakatatandang kapatid. Hindi gusto ng aming tiyo ang ideya na sumali siya sa militar sa malayo, ngunit hindi gaanong natutuwa si Ernest sa pag-aaral tulad ng inyo. Mas gusto niya ang paglalaan ng oras sa labas, pag-akyat sa mga bundok o pagro-row sa lawa. Nag-aalinlangan ako na baka tamad siya kung hindi namin pinayagan ang kanyang piniling landas sa karera."

KAunting bagay lang ang nagbago mula nang umalis ka sa amin, maliban sa paglaki ng aming mga anak. Ang magandang asul na lawa at ang namumulaklak na mga bundok ay nananatiling gaya pa rin. Ang aming tahimik na tahanan at masayang mga puso ay gabay ng mga hindi nagbabagong patakaran. Sinusubukan kong maging abala sa mga munting gawain na nagdudulot sa akin ng kasiyahan, at ang pagkakaroon ng mga taong masaya at mabuti sa paligid ko ang aking gantimpala. Isa lang ang nagbago sa aming maliit na sambahayan mula nang umalis ka. Naalala mo pa ba noong inanyayahan natin si Justine Moritz na sumama sa ating pamilya? Baka hindi mo na matandaan, kaya hayaan mong ibahagi ko sa iyo ang kanyang kuwento nang maikli. Ang ina ni Justine, si Madame Moritz, ay isang babaeng balo na may apat na anak, at si Justine ang ikatlong anak. Iniibig siya ng kanyang ama, ngunit poot na ipinapakita sa kanya ng kanyang ina matapos mamatay ang ama niya. Napansin ito ng aking tiyahin at napilit niya ang ina ni Justine na payagang manirahan siya sa amin nang siya'y maglabingdalawang taong gulang na. Ang demokratikong pamamaraan sa ating bansa ay naglikha ng mas simpleng at mas masayang mga kaugalian kaysa sa mga natatanaw sa mga malalaking pangharian sa paligid. Ito ay nangangahulugan na hindi gaanong hiwalay ang iba't ibang turing sa lipunan at hindi gaanong napapagal at hinuhusgahan ang mga mababang turing. Bilang resulta, ang kanilang pag-uugali ay mas magalang at moral. Sa Geneva, ang pagiging lingkod ay hindi nangangahulugang pareho sa kahulugan nito sa Pransiya at Inglatera. Nang si Justine ay naging bahagi ng ating pamilya, natutunan niya ang mga responsibilidad ng pagiging tagapaglingkod. Ngunit dito sa ating mapalad na bansa, ang pagiging tagapaglingkod ay hindi nangangahulugang ikaw ay walang alam o walang dangal bilang isang tao.

86   Si Justine ang iyong paborito, at minsan ay sinabi mong ang kanyang masayang pagkakaroon ay maaaring biglang magliwanag ng iyong kalooban, tulad ng pagkapaganda ni Angelica sa isang kuwento ni Ariosto. Patawid-patawid ang iyong tiyahin sa bawat ngayon kay Justine, kaya nagpasya siyang bigyan ito ng mas magandang edukasyon kaysa sa unang plano. Lubos na nagpapasalamat si Justine sa kabutihang ito, bagamat hindi niya ito inilarawan nang direkta. Makikita sa kanyang mga mata na hinahangaan at iginagalang niya ng sobra ang aking tiyahin. Kahit na buhay na buhay at kung minsan ay walang pag-iisip si Justine, pinakikinig niya ng mabuti ang bawat salita at kilos ng aking tiyahin. Nakikita niya ito bilang isang huwaran at sinisikap na magsalita at kumilos na katulad nito, na patuloy na nagpapaalala sa akin sa kaniya hanggang sa ngayon.

Nang pumanaw ang aking minamahal na tiyahin, lahat ay labis na nalulungkot kaya hindi napansin ang kawawang Justine, na nag-alaga sa kaniya nang buong pagmamahal at alalahanin habang siya'y may sakit. Nahawa rin si Justine sa sakit, ngunit may mas marami pang mga hamon na naghihintay sa kaniya.

87   Sa isa-isa, namatay ang mga kapatid ni Justine, iniwan na lamang siya ng kanyang ina na pinababayaan. Naramdaman ng babae ang pagkakasala, nag-iisip na ang mga kamatayan ay parusa sa pagkakapabor sa ilang mga anak kaysa sa iba. Bilang isang Romano Katoliko, pinaniniwalaan niya na ang kanyang magpahayag

ng panghihinayang ay nagpatibay sa kanyang paniniwala. Kaya ilang buwan pagkatapos mo umalis papuntang Ingolstadt, tinawag ulit si Justine ng kanyang nagdurusang ina. Isang mapakla na paalam ang ginawa ni Justine habang naglalakbay siya palayo mula sa aming tahanan. Nagbago ang kanyang anyo mula nang pumanaw ang aking tita; nilambot ng kalungkutan ang kanyang dating masigla na kilos at ginawang mas mahinahon siya. Gayunpaman, ang pagtira sa kanyang ina ay hindi nagdulot ng kaligayahan sa kanya. Palagi nang nag-aalinlangan ang pagsisisi ng babae. Minsan sinita niya si Justine para sa kapatawaran, ngunit mas madalas ay inakusahan niya ito na siya ang sanhi ng kamatayan ng mga kapatid. Pataw ng pataw sa pananagutan si Madame Moritz, at sa huli'y nagkasakit siya at naghihina. Sa simula, lumalala ang pangbabara ng kanyang sakit, ngunit ngayon, mayroon siyang walang hanggang kapayapaan. Sumakabilang-buhay siya noong maagang taglamig, nang magmalamig ang panahon. Bumalik si Justine sa amin, at minamahal ko siya nang labis. Matalino, mabait, at napakaganda. Tulad ng sinabi ko noon, siya'y nagpapaalala sa akin ng aking mahal na tita sa kanyang mga kilos at ekspresyon.

"Ihahayag ko sa iyo si William, ang batang pinsan ko. Iyong pagsang-ayon niya sa kanya ay tiyak na makaaakit sa iyo. Matangkad siya para sa kanyang edad, at ang mga mata niya ay may magandang kulay na asul. Ang mga pilik-mata niya ay maitim, at mayroon siyang mabuhok na buhok. Tuwing siya'y ngumiti, lumalabas ang mga kaakit-akit na kuyom sa kanyang mga pisngi, at nagiging pulang-pula ang mga ito dahil sa kanyang mabuting kalusugan. Naging mayroon siyang ilang mga maliit na kasintahan, pero ang paborito niya ay si Louisa Biron, isang kaakit-akit na batang babae na limang taong gulang.

Ngayon, sigurado ako na nais mong marinig ang mga balitang nauukol sa mga tao sa Geneva, Victor. Ang maganda at kapuripuring si Miss Mansfield ay maraming nagdaang bumisitang nagbunyi sa kanyang nalalapit na kasal sa isang Ingles na si John Melbourne. Ang kanyang hindi gaanong maganda na kapatid, si

Manon, ay ikinasal sa isang mayamang bangkero na ang pangalan ay M. Duvillard noong kalagitnaan ng nagdaang liham. Ang iyong paboritong kaklase, si Louis Manoir, ay hindi gaanong masuwerte matapos umalis ng Clerval mula sa Geneva. Ngunit siya'y mas gumagaling na ngayon at sinasabing malapit nang ikasal sa isang masigla at maganda na Pranses na may pangalang Madame Tavernier. Mas matanda siya kay Manoir at balo, ngunit lahat naman ay hinahangaan siya.

Habang isinusulat ko ito, nadarama ko ang kasiyahan, mahal kong pinsan. Ngunit naaaliw na ako habang natatapos. Ipagpaumanhin mo, Victor, tulungan mo kaming sumulat. Kahit isang linyang galing sa iyo ay magiging napakahalaga. Nagpapasalamat kami nang bunga-bunagan sa kabutihan ni Henry, sa kanyang pagmamahal, at sa lahat ng kanyang mga liham. Paalam, pinsan ko. Ingatan mo ang iyong sarili, at pakiusap, inuulit kong iyo, sumulat ka!

Nagmamahal,

Elizabeth Lavenza."

Geneva, Marso 18, 17—.

***

"Mahal kong Elizabeth," sabi ko nang may excitement habang binabasa ang kanyang sulat, "Sasagutin ko kaagad upang ipaalam sa kanila na ako ay okay." Sumulat ako ng liham, at ito ay nagpanghina sa akin, ngunit unti-unti akong gumagaling. Dalawang linggo ang nakalipas, sapat na lakas na ako upang makabangon mula sa kama.

Isa sa mga unang bagay na kailangang kong gawin nang bumuti ako ay ipakilala si Clerval sa mga propesor sa unibersidad. Mahirap para sa akin dahil sa nangyari. Simula nung gabing nagkasala ang lahat, nagkaroon ako ng matinding hindi pagkagusto sa anumang bagay na may kaugnayan sa agham. Ang pagkakakita lamang ng mga kemikal na kagamitan ay nagdudulot sa akin ng lahat ng kirot at kahapong naramdaman ko. Napansin ito ni Henry kaya't tinangal niya ang lahat ng kagamitan at inilipat ako sa ibang silid. Ngunit wala sa mga bagay na iyon ang mahalaga kapag nagharap ako sa mga propesor. Ginawa pa itong mas malala ni M. Waldman sa pagpuri sa akin sa aking pag-unlad sa agham. Hindi niya napansin na hindi ko na hilig ang paksang iyon at iniisip lamang niya na ako ay nagpapakumbaba. Patuloy siyang nagpilit na pag-usapan ito, kahit na sumasaktan sa akin. Parang ipinapakita niya sa akin ang mga kasangkapan na gagamitin para magdulot sa akin ng pinsala. Nais kong ipakita ang aking pagdurusa, ngunit hindi ko magawa ito. Si Clerval, na palaging magaling sa pag-unawa sa aking nararam-daman, nagbago ng paksa dahil hindi siya masyadong marunong sa agham. Nagpapasalamat ako sa kanyang pang-unawa, ngunit hindi ko kayang sabihin sa kanya ang nangyari. Alam kong magugulat siya, at ayokong dagdagan siya ng iba pang mga detalye na pasanin.

Hindi gaanong magiliw si Ginoong Krempe tulad ni Ginoong Waldman. Dahil sa panahong iyon ay sobrang sensitibo ako, mas nasaktan ako sa kanyang matitinding papuri kaysa sa may kabaitang pag-apruba ni Ginoong Waldman. "Sakit talaga nitong lalaking ito!" sigaw niya. "Sinasabi ko sa iyo, Ginoong Clerval, siya'y humigit-kumulang sa ating lahat. Oo, tignan mo siya nang malumanay, pero totoo ito. Ang isang binata na ilang taon pa lang ang nakalilipas, sumasampalataya kay Cornelius Agrippa nang matinding pagka-masigasig at ngayon ang pinakamahusay sa klase sa unibersidad. At kung hindi siya mapatalsik sa lalong madaling panahon, lahat tayo'y mapapahiya. Oo, oo," patuloy niya, na nakakita sa sakit sa aking mukha, "si Ginoong Frankenstein ay mapagkumbaba. Magandang katangian iyon sa isang binatang tulad niya. Dapat magduda ang mga binata, alam mo 'yan, Ginoong Clerval. Ganoon din ako noong ako'y bata pa, pero hindi ito tumatagal nang matagal." Nagsisimula nang magmayabang si Ginoong Krempe patungkol sa kanyang sarili, na nagpasalamat ako dahil nabago nito ang paksa na nagpapahirap sa akin.

Hindi katulad ni Clerval, hindi namin pinagsasaluhan ang interes sa siyensiya, at ang kanyang pag-aaral ay iba sa sa akin. Pumunta siya sa unibersidad na may layunin na maging dalubhasa sa mga wikang Silanganin dahil naniniwala siya na ito ang magdadala sa kanya sa kinabukasan na ninanais niya. Sa kaibahan sa Clerval, hindi ko sinubukan na lubusan na maunawaan ang mga wika dahil gusto ko lamang itong sadyain ng pansamantala. Binabasa ko upang lamang maunawaan ang kahulugan, at ito'y nagkakahalaga ng lahat ng pagsisikap na ibinuhos ko. Ang kanilang mga akda ay nagdudulot sa akin ng kapayapaan at tuwa na hindi ko pa naranasan sa anumang iba pang binasa. Kapag nagbabasa ka ng kanilang mga kuwento, pakiramdam mo'y ang buhay ay tungkol sa init ng araw, pagiging nasa isang magandang hardin na punong-puno ng mga rosas, ang mga magkasalungat na damdamin mula sa isang magandang kaaway, at ang matinding pagnanasa sa puso. Ito'y lubos na iba sa malalakas at bayanihang tula ng Gresya at Roma.

93   Ang tag-araw ay ginugugol sa mga gawaing ito, at dapat sana'y bumalik ako sa Geneva sa taglagas. Gayunpaman, may mga pangya-yari na nagdulot ng pagkaantala, at hindi ko namalayang dumating na ang taglamig na may takip na mga daan ng niyebe. Sa kabila ng pagkaantala, ginamit namin nang husto ang taglamig, at nang dumating ang tagsibol, nagkamaliit na oras dahil sa gandang nakikita.

Nakarating na ang buwan ng Mayo, at abala ako sa pag-aabang sa liham na sasabihin sa akin kung kailan ako makakalisan. Ngunit biglang nag-alok si Henry na maglakad kami sa paligid ng Ingolstadt bago ako umalis. Isang pagkakataon na magpaalam sa lugar na matagal ko nang tinawag na tahanan. Sumang-ayon ako nang may kasiyahan sa kanyang ideya dahil gusto kong maging aktibo, at si Clerval ang palaging paborito kong kasama kapag nagsusuri kami sa kabundukan ng aming tahanan.

94   Naglaon kami ng dalawang linggo na gumagawa ng mga paglalakad na ito: ang aking kalusugan at kasiyahan ay bumubuti na, at lalo pang lumalakas dahil sa sariwang hangin, mga nakama-manghang bagay na nakikita namin, at usapan sa aking kaibigan. Noon pa man, ang pag-aaral ay nagpapangyari sa akin na mawalay sa iba at hindi gaanong makisama. Ngunit inilabas ni Clerval ang

mabait na bahagi sa akin; pinaalala niya sa akin kung paano pahalagahan ang kalikasan at ang masayang enerhiya ng mga bata. Ikaw ay isang napakagandang kaibigan! Tunay na minahal mo ako at sinubukang gawin akong katulad mo. Noon ako'y sobrang ibang tao at maikit ang isip, ngunit ang iyong kabaitan at pag-ibig ay nagbukas ng aking mga kalooban at hinayaan akong muling maramdaman ang buhay. Ako'y naging ang kasiyahan ng tao, gaya ng ilang taon na ang nakalipas, nang lahat ay umiibig sa akin at iniibig ko rin sila, ng walang alalahanin o kalungkutan. Ang paglilibot sa magandang kalikasan ay nagpapabuhay sa akin ng kasiyahan. Isang malinaw na langit at mga berdeng bukid ang naglalagay sa akin ng labis na kaligayahan. Ang panahong ito ay talagang kamanghamangha; ang mga bulaklak ng tagsibol ay sumisibol sa mga buskad, habang ang mga bulaklak ng tag-araw ay nagsisimulang mangyari. Wala akong kinukulit na mga iniisip na nanggugulo sa akin noong nagdaang taon, sa kabila ng aking pagpilit na itaboy sila palayo.

95   Natutuwa si Henry sa aking kaligayahan, at tapat na nagka-katampo siya sa aking mga damdamin. Siya ay isang mahusay na kasama at nagkwento ng maraming kamangha-manghang mga kuwento upang kami'y magkasamang abutan ang aming pagkakatuwa.

Napauwi kami sa aming kolehiyo ng isang Linggo ng hapon: ang mga magsasaka ay sumasayaw, at ang bawat isa na aming nakakapagbatuhan ay tila ligaya at masaya. Mataas ang aking sariling kalooban.

CHAPTER VII

 Sa aking pagbabalik, natagpuan ko ang isang liham mula sa aking ama. Sinasabi nito:

"Mahal kong Victor,

Alam kong hindi mapakali ang iyong pagnanais na makuha ang liham mula sa akin na nagsasabi kung kailan ka pwedeng umuwi. Sa una, pinag-isipan ko ang pagsusulat ng ilang talata, na nagsasabi ng araw na dapat mong bumalik. Ngunit ito ay hindi makatarungan sa iyo, at hindi ko kayang gawin ito sa aking sarili. Anak ko, isipin mo kung gaano kabigla ang iyong mararamdamang kung sa halip na malugod at mainit na pagtanggap, ikaw ay sasalubungin ng mga luha at kalungkutan. Victor, paano ko sasabihin sa iyo ang mga pangyayaring napakasakit para sa amin? Alam ko na kahit malayo ka, nagmamalasakit ka pa rin sa ating kaligayahan at kalungkutan. Paano ko sasagasaan ang damdamin ng aking anak na nagtagal sa malayo? Gusto kong ihanda ka sa malubhang balita, ngunit alam ko na imposible ito. Nakikita ko ang iyong mga mata na naglalakbay sa bawat salita, naghahanap ng mga salitang magsasalita ng masama.

"Si William ay patay na! Siya ay isang mabait na bata, laging nakangiti at nagdadala ng init sa aking puso. Siya ay napakabait, ngunit puno ng buhay. Victor, may isang tao na umagaw ng buhay niya mula sa atin!

"Hindi ko sisikaping aliwin ka sa ngayon. Sa halip, sasabihin na lamang ko sa iyo ang nangyari."

"Noong nakaraang Huwebes, ika-7 ng Mayo, ako, ang pamangkin ko, at ang dalawang kapatid mo ay nagpunta sa Plainpalais para maglakad. Ang gabi ay mainit at payapa, kaya naglakad kami ng mas malayo kaysa sa karaniwan. Hindi namin namalayan na nagiging madilim na hanggang hindi na namin mahanap sina William at Ernest, nauna na kaming sinundan. Umupo kami at naghintay na bumalik sila. Sa katagalan, bumalik si Ernest at nagtanong kung nakita namin ang kapatid niya. Sinabi niya sa amin na naglalaro sila ni William, na tumakbo upang magtago at hindi na nagbalik kahit matagal na paghihintay.

Ito'y nagpalala sa aming pangamba, kaya patuloy kaming naghanap hanggang sa magdamag. Iniisip ni Elizabeth na marahil ay bumalik na si William sa bahay. Ngunit wala siya roon. Bumalik kami na may mga sulo sapagkat hindi ako maka-pahinga sa pagkaalam na nawawala ang aking mabait na batang lalaki at ipina-pahayag sa ginaw at kahalumigmigan ng gabi. Labis na nag-alala rin si Elizabeth. Bandang ala-singko ng umaga, natagpuan ko ang aking pinakamamahal na anak. Noong nakaraang gabi, buhay na buhay at malusog siya, ngunit ngayon ay nahihiga siya sa damo, maputla at hindi gumagalaw. May marka sa kanyang leeg na iniwan ng kamay ng mamamatay-tao."

Dinala siya sa bahay, at ang kalungkutan na nababanaag sa aking mukha ay nagturo ng lihim kay Elizabeth. Siya ay labis na nainip na makita ang bangkay. Una kong sinubukan na pigilan siya; ngunit siya'y nagpatuloy, at pumasok sa silid kung saan ito'y naka-handusay, siya'y madali-dali ngang tumingin sa leeg ng biktima, at ang kanyang mga kamay ay naglapat at sinabi, "O Diyos! Pinatay ko ang aking minamahal na anak!"

Siya'y nawalan ng malay at sa lubos na kahirapan ay napasainya. Nang siya'y muling mabuhay, ito'y upang umiyak at humikbi lamang. Sinabi niya sa akin, na noong gabi ding iyon, si William ay kumulit at pinakiusap sa kanya na hayaan siyang magsuot ng isang napakahalagang maliit na larawan na taglay niya ng inyong ina. Ang larawang ito'y wala na at malamang ito ang tukso na nag-udyok sa mamamatay-tao na gawin ang kasalanan. Wala tayong anumang tala ng kanya sa kasalukuyan, bagama't patuloy ang ating pagod na hanapin siya; ngunit hindi nito mababalik ang aking minamahal na si William!

Halika, pinakamamahal na Victor, ikaw lamang ang makakatu-long kay Elizabeth. Siya'y patuloy na umiiyak.

"Halika, Victor; hayaan mo na ang mga saloobin ng paghihiganti sa mamamatay-tao, at sa halip, harapin natin ang sitwasyong ito ng kapayapaan at kabaitan, upang magumpisa tayong maghilom ang ating sugatan mga isip. Pasukin ang bahay ng namimighati, aking kaibigan, ng pag-ibig at alaga para sa mga taong nagmamalasakit sa iyo, at hindi ng galit sa iyong mga kaaway.

"Iyong mapagmahal at malungkot na ama,

"Alphonse Frankenstein.

"Geneva, ika—12 ng Mayo, 17—."

~

Si Clerval, na maingat na nagmamasid sa akin habang binabasa ko ang sulat, ay nagulat sa mga lungkot na sumakop sa aking una'y kasiyahan sa pagtanggap ng balita mula sa aking mga kaibigan. Inilagay ko ang sulat sa ibabaw ng mesa at sinaklop ang aking mukha gamit ang aking mga kamay.

"Aking mahal na Frankenstein," sigaw ni Henry, nakakita sa aking mga luha at pagkadismaya, "palagi ka bang magiging malungkot? Ano ang nangyari, aking mahal na kaibigan?"

Binigyan ko siya ng senyas na kunin ang sulat habang nakakalakad ako sa magkabilang dulo ng silid, puno ng malalaking pag-aalala. Malalalim rin ang mga luha sa mga mata ni Clerval habang binabasa niya ang tungkol sa aking kapahamakan.

"Hindi ko maibibigay sa iyo ang anumang kasiyahan, kaibigan," sabi niya, "hindi mababago ang iyong trahedya. Ano ang plano mo gawin?"

"Kailangan ko agad pumunta sa Geneva. Sumama ka sa akin, Henry, para maiayos natin ang mga kabayo."

100 Sa aming paglalakad, sinubukan ni Clerval na magbigay ng kaunting kasiyahan; ngunit wala siyang ibang maipahayag kundi ang kanyang tunay na pakikiramay. "Kawawang William!" sabi niya, "isang mahal at kahanga-hangang bata. Ngayon siya'y magkakasama na niyang anghel na ina! Sinumang nakakita sa kanya, na maliwanag at puno ng kasiyahan sa kanyang kabataang kagandahan, ay iiyak para sa kanyang maling pagpanaw! Mamatay sa ganitong karumal-dumal na paraan; na maging alipin ng kamay ng isang mamamaslang! Ano pang mas malaking trahedya, na sirain ang ganap na lagging dalisay na kalinisan! Kawawang batang lalaki! Maibabalanse lamang natin ang ating lungkot sa katotohanan na ang kanyang mga kaibigan ay nagluluksa at umiiyak, subalit siya'y may kapayapaan. Tapos na ang sakit, ang kanyang paghihirap ay walang-hanggan nang natapos. Siya'y nakahimlay sa ilalim ng lupa, malayang mula sa anumang sakit. Hindi na siya nangangailangan ng ating awa, sapagkat nararapat na para lamang sa mga nagpapatuloy na naghihirap."

Sinabi ni Clerval ang mga salitang ito habang kami'y nagmamadali sa mga kalye; ito'y tumatak sa aking isipan, at aking naalala nang ako'y nag-iisa sa ibang pagkakataon. Subalit sa sandaling dumating ang mga kabayo, agad akong sumakay sa kalesa at nagpaalam sa aking kaibigan.

101 Ang aking paglalakbay ay lubhang malungkot. Sa una, gusto kong madaliin para magbigay ng konsuwelo at maging suporta sa aking mga minamahal na nagdadalamhati, ngunit habang ako'y papalapit sa aking lupang tinubuan, bumagal ako. Hindi ko kayang lunukin ang lahat ng emosyong nagkukumahog sa aking isipan. Dumaan ako sa mga pook na pamilyar noong ako'y bata pa, ngunit hindi ko na sila nakita sa loob ng halos anim na taon. Nagtaka ako

kung paano nagbago ang lahat sa panahong iyon! Mayroong isang biglang at mapangwasak na pagbabago, ngunit maraming maliit na bagay ang maaaring unti-unti ring nagdulot ng iba pang mahahalagang pagbabago. Naramdaman ko ang takot at hindi makapagpatuloy dahil sa aking pag-aalala sa mga hindi kilalang suliranin na nagdudulot sa akin ng takot, kahit na hindi ko ipinahayag kung ano ang mga ito.

Nanatili akong dalawang araw sa Lausanne, na may ganitong nararamdaman. Tiningnan ko ang lawa; tahimik at mapayapa ang tubig. Lahat sa paligid ko ay tahimik at payapa, at ang mga mamumundok na may niyebe, na ipinagbibilin ko bilang "mga palasyo ng kalikasan," ay hindi nagbago. Dahan-dahan, ang mapayapang at magandang tanawin ay tumulong sa akin upang mas mabuti ang aking pakiramdam, at nagpatuloy ako sa aking paglalakbay patungo sa Geneva.

Ang kalsada ay sumusunod sa gilid ng lawa, at habang ako'y papalapit sa aking lupang tinubuan, ang lawa ay unti-unting lumiliit. Mas malinaw ko nang nakikita ang mga madilim na bahagi ng bundok Jura at ang maliwang na tuktok ng Mont Blanc. Umiiyak ako tulad ng isang bata. "Mga minamahal na bundok! Aking magandang lawa! Paano ninyo sasalubungin ang inyong naglalakbay? Malinaw ang inyong mga tuktok, ang langit at lawa ay asul at tahimik. Ibig sabihin ba nito ay magkakaroon ng kapayapaan o binabalaan lamang ako ng aking kalungkutan?"

Naaalala ko ang mga pangyayaring iyon, kaibigan ko, at natatakot ako na baka maging boring ako sa pamamagitan ng sobrang pag-uusap tungkol sa mga ito. Gayunpaman, ang mga iyon ay mga araw ng relatibong kaligayahan, at aking ibinabalik-tanaw ang mga ito sa malasakit. Oh, aking bansa, aking minamahal na bansa! Tanging ang isang ipinanganak dito ang makakaunawa sa kasiyahan na aking nadama sa pagmasdan ang mga ilog, kabundukan, at higit sa lahat, ang iyong magandang lawa muli!

Ngunit habang ako'y papalapit sa tahanan, kalungkutan at takot ang bumalot sa akin muli. Naggabi, at nang hindi ko na masyadong makita ang mga madilim na bundok, nadama ko pa ang lalo pang pagkadismaya. Mukhang malawak at mahiwagang lugar ng kaguluhan ang tanawin, at bahagya kong nadarama na ako'y itinalaga na maging pinakamasawing tao sa mundo. Sa kasamaang-palad, nagkatotoo ang aking hula, at nagkamali lamang ako sa isang bagay: hindi ko maipalagay o maasahan ang kaunting bahagi lamang ng sakit na dadanasin ko.

103 Nang ako'y umabot sa labas ng Geneva, lubhang madilim na. Naipasara na ang mga pinto ng bayan, kaya't kinailangan kong magpalipas ng gabi sa isang nayon na tinatawag na Secheron, na kalahating liga ang layo mula sa lungsod. Malinaw ang langit, at dahil hindi ako makatulog, nagpasiya akong puntahan ang lugar kung saan pinatay ang aking kawawang si William. Dahil hindi ako makadaan sa bayan, kailangan kong tumawid ng lawa sa isang bangka upang makarating sa Plainpalais. Sa maikling paglalakbay na ito, nakita ko ang kidlat na lumilikha ng magagandang hugis sa tuktok ng Mont Blanc. Tilad-tilad na lumalapit ang bagyo, at nang marating ko ang tabing-dagat, umakyat ako sa isang maliit na burol upang masdan ito. Mabilis itong lumapit; nagkulimlim ang langit, at agad kong naramdaman ang ulan na pumapatak ng dahan-dahan sa malalaking patak, ngunit bumigat ito nang mabilis.

104 Tumayo ako mula sa aking upuan at nagpatuloy sa paglalakad, kahit na patuloy na dumadilim at bumabagyo. Malakas na naglilindol ang kulog sa taluktok ng aking ulo, na kumakalansing mula sa Salêve, ang Juras, at ang mga bundok ng Savoy. Ang malalakas na kidlat ay nagbigay-liwanag sa akin, sinaniban ang lawa at ginawang tila isang malaking ulos ng apoy. Sa sandaling iyon, ang lahat ay biglang naging lubusang madilim hanggang sa dumilim muli ang aking mga mata. Sa Switzerland, madalas na lumitaw ang mga bagyo sa iba't ibang bahagi ng kalangitan nang sabay-sabay. Ang pinakamalalakas na bagyo ay nasa direksyon ng hilagang bahagi ng bayan, sa pagitan ng Belrive at ng baryo ng Copêt. Ang isa pang bagyo ay nagpadala ng mahinang mga singaw ng liwanag patungo

sa Jura, samantalang ang iba pa ay nagpapakita at naglilihim ng bulubunduking Môle, na napakatulis na bundok sa silangan ng lawa.

105   Habang pinagmamasdan ko ang unos, na napakaganda subalit nakakatakot, ako'y nagpatuloy sa paglalakad. Ang dakilang digmaan sa kalangitan ay nagpapataas ng aking diwa; itinaas ko ang aking mga kamay at nagtangkang magsalita, "William, mahal kong anghel!" Habang aking binibigkas ang mga salitang ito, nakita ko sa kadiliman ang isang katawan na lumabas mula sa likod ng isang kumpol ng mga puno malapit sa akin. Tumigil ako, at walang takot na tinitigan. Hindi ako nagkakamali. Ang katawan ay dumaan sa harap ko nang mabilis, at nawala ito sa kadiliman. Walang isang anyo ng tao ang maaaring sumira sa batang may kagandahang mukha na iyon. Siya ang pumatay sa aking kapatid! Hindi ako nagdududa, dahil aking pinaniwalaan ang katotohanang ito. Ang simpleng pagkakaroon ng ideya ay isang di-matatawarang patunay ng katotohanan. Isipin ko mang habulin ang demonyo, ngunit walang saysay iyon, dahil sa sumunod na kidlat ay natuklasan ko siya na nakabitin sa mga bato ng halos paakyat na Mont Salêve, isang burol na humaharang sa Plainpalais sa timog. Siya'y agad na umakyat sa tuktok at mawala.

106   Ako'y nanatili na hindi gumagapang. Halos dalawang taon na ang lumipas simula nang gabi na unang nabuhay ang halimaw at ito ba ang unang krimen niya? Sa aba! Nilaya ko sa mundo ang isang nakapangingilabot na halimaw na tuwang-tuwa sa pagdudulot ng kalungkutan; hindi ba niya pinatay ang aking kapatid?

Walang sinuman ang makakaintindi sa hirap na aking pinagdaanan sa natitirang bahagi ng gabi, na aking dinaanan, malamig at basa, sa labas ng bahay. Ngunit hindi ko nararamdaman ang abala ng panahon; ang imahinasyon ko ay abala sa mga eksena ng kasamaan at pagkapuspos ng pag-asa. Kinonsidera ko ang nilikhang nilalang na aking inihagis sa gitna ng sangkatauhan, at pinagkalooban ng kalooban at kapangyarihan upang makamit ang mga layunin ng kahayupan, tulad ng gawang ginawa niya ngayon, halos sa liwanag na parang ang sarili kong bampira, ang sarili kong espiritu na nabuksan mula sa libingan, at sapilitang sumira sa lahat ng mahalaga sa akin.

107   Nagsimula na ang paglubog ng araw, at naglakad ako papunta sa bayan. Buka ang mga pintuan, kaya nagmadali akong pumunta sa bahay ng aking ama. Ang una kong iniisip ay alamin kung ano ang nalalaman ko tungkol sa pumatay at siguraduhing sila ay agad na inuusig. Ngunit bigla akong tumigil upang isipin ang kuwento na dapat kong isalaysay. Isang nilalang na aking nilikha at binigyan ng buhay ang nag-abang sa akin bandang hatinggabi sa isang mapanganib na bundok. Naalala ko rin ang lagnat na aking naranasan noong likhain ko ang nilalang na ito, na maaaring magpahiwatig na ako'y baliw. Alam ko na kung ibang tao ang nagsalaysay sa akin ng kuwentong ito, akala ko'y baliw sila. Bukod pa rito, ang nilalang na ito ay napaka-kakaiba na hindi magagapi, kahit na maniwala ang aking pamilya sa akin at subukan silang habulin. At kahit na habulin namin ito, ano nga ba ang silbi? Sino ba ang makahuhuli sa nilalang na kayang umakyat sa matarik na hangganan ng Mont Salêve? Matapos pag-isipan ang lahat ng ito, nagpasya akong manahimik.

Nasa mga limang ng umaga na nang makarating ako sa bahay ng aking ama. Sinabihan ko ang mga lingkod na huwag pagisingin ang pamilya at pumasok sa silid-aklatan, kung saan ako karaniwang naghihintay hanggang sa gumising sila.

108   Anim na taon na ang nakaraan, parang malayong alaala, nang huli kong ibinabaon ang aking ama sa paglisan ko patungong Ingolstadt. Natagpuan ko ang sarili kong nakatayo sa eksaktong lugar kung saan kami nagyakapan. Ang aking mahal at pinahahalagahang ama! Siya ay kasama pa rin sa aking kalooban. Tiningnan ko ang larawan ng aking ina na nakabiti sa ibabaw ng pugon. Isang makasaysayang eksena ito, ipininta sa kahilingan ng aking ama. Ipinakita rito si Caroline Beaufort na nakaluhod sa tabi ng ataul ng kanyang ama, malalim na malungkot ang anyo. Ang kanyang kasuotan ay simple at ang kanyang mukha ay maputla. Subalit mayroong isang tiyak na kagandahan at kagandahan sa kanya na nagpapahirap na awa sa kanya. Sa ilalim ng larawang ito ay may

isang maliit na larawan ni William, at nagbuhos ang aking mga mata ng luha habang tinitingnan ito. Noong mga oras na iyon, pumasok si Ernest. Narinig niya ang aking pagdating at nagmadaling lumapit upang batiin ako. Ipinahayag niya ang kalungkutan at kaligayahan sa pagkakita sa akin. "Maligayang pagdating, aking mahal na Victor," aniya. "Oh, sana'y dumating ka tatlong buwan na ang nakalipas. Sa mga panahong 'yon, kami ay lubos na maligaya. Ikaw ay pumunta sa amin ngayon sa gitna ng isang kalungkutan na hindi na maitatahimik. Ngunit umaasa ako na ang iyong pagkakaroon ay muling magbibigay-buhay sa aming ama, na tila nawawalan na ng pag-asa. At marahil ay maaari mong papanatagin siyang si Elizabeth upang huwag na siyang sisihin ang kanyang sarili at hindi na kundiin ang kanyang kaluluwa. Oh, karalitaan ni William! Siya ang aming minamahal na kapatid, ang aming kaluwalhatian at kali-gayahan!"

109 Tumulo ang mga luha sa mukha ng aking kapatid at sumakop sa akin ang matinding sakit. Noon pa man ay iniisip ko lamang ang kalungkutan ng aming siniraang tahanan; ngayon ay dumating ito sa akin tulad ng isang bagong at kaparehong nakatatakot na sakuna. Sinubukan kong pakalmin si Ernest at hilingin ang higit pang mga detalye tungkol sa aming ama at sa taong binanggit niya, na kamag-anak namin pala.

"Siya ang pinakakailangan ng kalinga," sabi ni Ernest, puno ng kalungkutan ang kanyang tinig. "Pinagbibintangan niya ang kanyang sarili sa pagkamatay ng aking kapatid, at ito'y nagdudulot ng malalim na pighati sa kanya. Ngunit simula nang matuklasan namin ang mamamatay-tao--"

"Nahanap ang mamamatay-tao! Ano nga ito! Kamusta nangyari iyon? Sino ba ang naglakas-loob na habulin siya? Hindi kaya imposible iyon; parang sumusunod sa hangin o sinusubukang pigilan ang isang malakas na ilog gamit ang tangkay ng straw. Nakita ko rin siya; siya'y malaya kagabi!"

"Hindi ko maintindihan ang sinasabi mo," tugon ng aking kapatid na nagtataka. "Ngunit para sa amin, ang pagkakasumilim ng katotohanan ay nagdagdag lamang sa aming kahirapan. Sa simula pa lang, walang sinuman ang sumasampalataya dito, at hanggang ngayon ay tumatanggi pa rin si Elizabeth na tanggapin ito, kahit na mayroong mga ebidensya. Sino ang magpapahalaga na si Justine Moritz, na mabait at lubos na minamahal ang aming pamilya, ay bigla na lamang magagawa ng isang nakahahalikang karumal-dumal na krimen?"

"Justine Moritz! Kawawa naman, kawawang bata. Siya ba ang inaakusahan? Ngunit ito'y hindi makatarungan; alam iyon ng lahat. Tiyak, Ernest, wala nang naniniwala, 'di ba?"

"Sa una, walang naniniwala, ngunit may ilang mga bagay na lumabas na halos pinaniwalaan namin. At ang mga kilos ni Justine ay napakalito na nagdagdag ng mga ebidensya na nagpapatunay na siya ay may sala. Sa kasamaang palad, siya ay parurusahan ngayong araw, at malalaman mo ang lahat kapag nangyari na."

Sinabi niya sa akin na noong umaga ng pagkatuklas nila sa karumal-dumal na pagpatay kay William, nagkasakit si Justine at nanatili sa kama ng ilang araw. Sa panahong iyon, natagpuan ng isa sa mga lingkod ang isang larawan ng aking ina sa damit na suot ni Justine noong gabi ng pagpaslang. Iniisip nila na ito ang nag-akit sa mamamatay-tao. Ipinaipakita ito ng lingkod sa ibang lingkod nang hindi sinasabi sa pamilya, at ang lingkod na iyon ay nagpunta sa isang hukom. Batay sa kanilang pahayag, naaresto si Justine. Nang siya ay aksyahin, siya ay napakalitong kumilos, na nagpalala sa mga suspetsa ng mga tao.

Ito ay isang kakaibang kuwento, ngunit hindi ito nagpabahala sa akin. Matatag kong sinabi, "Lahat kayo ay nagkakamali. Alam ko kung sino ang mamamatay-tao. Si Justine, kawawang mabait na si Justine, ay walang sala."

Sa sandaling yaon, pumasok ang aking ama. Nakita kong siya'y malungkot na malungkot, ngunit sinikap niyang batiin ako ng masayang mukha. Matapos naming magpalitan ng malungkot na bati, nais niyang pag-usapan ang ibang bagay bukod sa napakasamang sitwasyon namin. Ngunit bago pa siya makapagsalita, biglang nasabi ni Ernest, "Oh aking langit, Dad! Sinasabi ni Victor na alam niya kung sino ang pumatay kay kawawang William."

"Alam din namin, nakakalungkot nga," sagot ng aking ama. "Mas gusto ko sana na hindi na lang natin nalaman at hindi natuklasan ang ganitong kasamaan at kawalang-pasalamatang naroroon sa isang taong lubos kong hinahangaan."

"Dad, nagkakamali kayo. Walang kasalanan si Justine," sabi ko.

"Kung talagang walang kasalanan siya, dasal ko at umaasa akong hindi siya parurusahan na parang siya'y may kasalanan. Sa araw na ito siya'y bibigyang-katarungan, at umaasa ako na siya'y matutuklasang walang kasalanan," sabi ng aking ama.

Naramdaman ko ang ginhawa sa pakikinig sa mga salita ng aking ama. Malakas akong naniniwala na si Justine, at bawat isa, ay hindi may kasalanan sa pagpatay na ito. Kaya't hindi ako natatakot na ang anumang ebidensya ay malakas na sapat upang patunayan na siya ang gumawa nito. Ang kwento na kailangan kong ibahagi ay hindi ko maaaring ibahagi sa lahat; ito ay masyadong nakakatakot para sa karamihan ng mga tao na maunawaan. May sino pa ba, liban sa akin, ang lumikha, na maniniwala sa pag-iral ng nakakatakot na bunga ng aking kayabangan at kamangmangan na aking isinabog sa mundo?

Kaagad naming nadagdagan si Elizabeth. Nagbago ang panahon sa kanya mula nang una ko siyang makita; ito ay gumawa sa kanya ng higit pang magandang tulad ng kanyang pagkabata. Marahil, patuloy pa rin ang kanyang katapatan at enerhiya, ngunit ngayon ay may nadagdag na ekspresyon ng kahinhinan at katalinuhan. Nagbigay siya sa akin ng malaking pagmamahal. "Ang iyong pagdating, aking mahal na pinsan," sabi niya, "ay nagbibigay sa akin ng pag-asa. Baka magawan mo ng paraan na patunayan ang kawalan-sala ni Justine. Pero sino ang ligtas kung siya'y mapapatunayang may sala sa isang krimen? Naniniwala ako sa kanyang kawalan-sala nang katulad ng aking sarili. Ang aming kapalaran ay napakahirap para sa amin; hindi lamang namin nawalan ng aming mahalagang batang lalaki, ngunit ang mahirap na batang babae na lubos kong minamahal ay mawawala para sa isang lalong mas masamang kapalaran. Kung siya'y mahatulan, hindi na ako magkakaroon ng kasiyahan kailanman. Ngunit alam kong hindi siya magkakasala, ako'y tiyak doon. At pagkatapos nito ay ako'y magiging masaya muli, kahit matapos ang malungkot na pagkamatay ng aking munting William."

"Siya'y walang-sala, aking Elizabeth," sabi ko, "at patutunayan natin ito. Huwag mag-alala, ipagdiwang ang iyong diwa sa kaalaman na siya'y mapapawalang-sala."

"Ang iyong kabutihan at kahabagan ay napakalaki! Lahat ng iba ay naniniwala na siya'y may sala, at iyon ay gumawa sa akin ng kalungkutan dahil alam kong ito ay hindi posible. Ang pagkakakitid ng ibang tao ay nagpabago sa aking pag-asa at nagdulot sa akin ng kawalang pag-asa," sinabi niya habang umiiyak.

"Aking mahal na pamangkin," sabi ng aking ama, "tigilan mo na ang pag-iyak. Kung siya ay tunay na walang-sala, tiwala sa katarungan ng ating mga batas at sa aking determinasyon na pigilan ang anumang bahid ng pagkiling."

CHAPTER VIII

113 Naghintay kami nang malungkot ng ilang oras hanggang alas-onse ng umaga, kung saan dapat magsimula ang paglilitis. Dahil kailangan ng aking ama at iba pang mga kasapi ng pamilya na maging testigo, sumama ako sa kanila sa hukuman. Ang buong paglilitis ay isang napakasakit na panggagantso sa katarungan, at nahihirapan akong mapanood ito. Nakataya ang kapalaran ng dalawang buhay sa desisyong ito: isang inosenteng at masayang sanggol, at isang dalagang pinangalanan na si Justine na may maraming mabubuting katangian at may magandang kinabukasan. Ngunit ngayon, lahat ay kukunin sa kanya nang nakakahiyang paraan, at ako ang may pananagutan. Mas gugustuhin ko pang aminin na ako ang may sala sa krimeng ipinaparatang kay Justine, kahit hindi ako naroon noong nangyari ito. Ngunit kung gagawa ako ng gayong pagsisisi, iisipin ng mga tao na ako ay baliw at hindi nito lilinisin ang kanyang pangalan.

114 Ang pagdating ni Justine ay tahimik. Nakasuot siya ng buong itim at ang kanyang mukha, na palaging nakakabighani, ay totoo ngunit maganda. Siya'y matatag at palaging hindi nagbabago, na maaaring hindi inaasahan ng mga nakatingin. Nang pumasok siya sa

hukuman, tiningnan niya ito at madali niyang natagpuan kung saan kami nakaupo. Isang luha ang tila bumalot sa kanyang mata nang makita niya kami; ngunit mabilis niya itong nalagpasan, at ang isang tila pagmamahalang may kalungkutan ay nagpapatunay ng kanyang walang sala.

115 Nagsimula ang paglilitis. Ang taong nangungutya kay Justine ay nagpaliwanag ng akusasyon at pagkatapos ay pinaupo ang ilang saksi upang tumestigo. Mayroong mga kakaibang katotohanan na tila laban sa kanya, ngunit mayroon akong patunay ng kanyang pagiging walang sala, kaya hindi ako masyadong nababahala. Sinabi nilang siya ay nasa labas buong gabi nang mangyari ang pagpatay, at mayroong nakakita sa kanya malapit sa lugar kung saan natagpuan ang bangkay ng bata kinabukasan. Tinanong siya ng tao kung ano ang ginagawa niya roon, ngunit siya ay tila kakaiba at nagbigay ng magulong sagot. Bumalik siya sa bahay mga alas-otso ng umaga, at nang may magtanong kung saan siya nagmula buong gabi, sinabi niya na hinahanap niya ang bata at desperadong nagtanong kung may narinig sila tungkol sa kanya. Nang ipakita nila sa kanya ang bangkay, nagkaroon siya ng malalim na reaksyon at naging isteriko. Nanatili siyang nakaratang sa kama ng ilang araw. Pagkatapos, ipinakita nila ang isang larawan na natagpuan ng lingkod sa kanyang bulsa. Si Elizabeth, na nanginginig ang boses, kinumpirma na ito ang parehong larawan na kanyang inilagay sa leeg ng bata isang oras bago ito mawala. Ang husgado ay punong-puno ng lagim at galit.

Sa wakas, dumating ang pagkakataon ni Justine na ipagtanggol ang sarili. Habang nagpapatuloy ang paglilitis, nagbago ang kanyang mukha. Nagmukha siyang nagulat, takot, at malungkot. Minsan ay sinubukan niyang pigilan ang kanyang mga luha, ngunit nang tanungin siya na magsalita, nagkayuko siya at nagsalita na may tinig na naririnig, bagama't nagbago ang lakas nito.

116 "Nalalaman ng Diyos," sabi niya, "kung gaano kabuô ang aking kawalan ng kasalanan. Subalit nauunawaan ko na ang pagsasabing walang sala ako ay hindi sapat upang patunayan ito. Umaasa akong

sa pamamagitan ng maayos at simpleng paliwanag sa mga isinulat na laban sa akin, makikita ng mga hukom ang mga bagay sa isang positibong paraan kapag may mga bagay na tila hindi malinaw o kadududa."

Ibinahagi niya na, sa pahintulot ni Elizabeth, nanatili siya sa bahay ng isang tiyahin sa Chêne, isang nayon na nasa isang liga ang layo mula sa Geneva. Sa kanyang pagbabalik, bandang alas-nuwebe ng umaga, nakasalubong niya ang isang lalaki na nagtanong kung nakita niya ang nawawalang bata. Kinabahan siya sa kuwentong ito at ilang oras siyang naghanap para sa kaniya. Kinailangan niyang manatiling ilang oras sa loob ng isang banga sa isang tindahan, dahil ayaw niyang gisingin ang mga nakatira roon na kilala siya. Pinagh-intay niya ang halos buong gabi rito. Sa pagtunaw ng kadiliman, inakala niya na maaaring matagpuan ang aking kapatid. Kung nakalapit man siya sa lugar kung saan nakahiga ang katawan niya, ito ay wala sa kanyang kaalaman. Hindi nakapagtatakang naguluhan siya nang tanungin siya ng tindera sa palengke, dahil sa isang gabi siya hindi natulog, at ang kapalaran ni kawawang William ay hindi pa rin tiyak. Tungkol sa larawan, wala siyang maalala.

"Naiintindihan ko," sabi ng malungkot na tao, "na ang isang bagay na ito ang nagpapakita ng aking malaking kasalanan, ngunit hindi ko maipaliwanag ito. Kapag sinabi ko na wala akong ideya kung paano ito napunta roon, ang tanging maaring magawa ko ay haka-haka kung paano ito puwedeng nakuha sa bulsa ko. Ngunit kahit na iyon, hindi ako sigurado. Hindi ko naniniwala na may mga kaaway ako, at kahit mayroon man, hindi ko maunawaan kung bakit sila gugawa ng isang ganap na malupit na bagay para saktan ako. Maaaring nilagay ito ng pumatay? Hindi ko alam kung paano nila nabigyan ng pagkakataon iyon, at kahit pa nga nabigyan nila, bakit nila ninakaw ang gintong alahas para lamang pag-dispose nito ng mabilisan?

"Tiwalang-tiwalang ako sa mga hukom na bibigyan ako ng patas na paglilitis, ngunit hindi ko nakikitang maraming pag-asang mangyayari. Gusto ko sanang magkaroon ng ilang tao na kilala ako upang patotohanan ang aking mabuting pagkatao. Ngunit kung ang kanilang mga salita ay hindi magbawas ng paniniwala na ako ay may kasalanan, mapapakulong ako, bagamat alam kong ako ay walang sala."

Tinawag ang ilang testigo na matagal nang kakilala siya, at nagsalita sila ng patunay sa kanyang kabutihang-asal. Gayunpaman, dahil sila ay natakot at nagalit sa krimen na iniisip nilang nagawa niya, sila ay masyadong takot na lumahok. Nakita ni Elizabeth ang huling pag-asa niya, ang kanyang mga mabubuting katangian at walang sala niyang pag-uugali, na malapit nang malaos. Sa kabila ng malaking pangamba, siya ay nagtanong kung maaari siyang magpahayag sa harap ng hukuman.

"AKO po," ang sabi niya, "ang pinsan ng kawawang bata na pinatay, o mas maigi pang sabihin, ang kanyang kapatid, sapagkat ako ay pinalaki ng kanyang mga magulang at kasama ko na sila kahit bago pa siya isilang. Maaaring hindi angkop na ako'y magsalita sa ganitong sitwasyon, ngunit kapag nakikita ko ang isang tao na malapit ng masaktan dahil sa kahinaan ng tinatawag nilang mga kaibigan, nais kong magkaroon ng boses at ibahagi ang aking kaalaman tungkol sa kanilang pagkatao. Lubos kong kilala ang nasasakdal. Nabuhay kami sa iisang bahay noong limang taon, at isa pang pagkakataon na halos dalawang taon. Sa buong panahong iyon, itinuring niyang pinakamabait at maalagang tao sa aking paningin. Nag-aalaga siya ng aking tiyahin, si Gng. Frankenstein, ng may pagmamahal at dedikasyon noong siya'y malapit ng mamatay. At pagkatapos ng mga iyon, nag-alaga rin siya ng kanyang sariling ina sa loob ng mahabang sakit, na nagpahanga sa lahat ng mga kilala niya sa kanyang pagmamahal at pagmamalasakit. Pagkatapos non, nanirahan siya sa bahay ng aking tiyuhin kung saan minamahal siya ng buong pamilya. Mahal na mahal niya ang bata na ngayon ay wala na at trinato niya ito bilang isang mapagmahal na ina. Ako mismo, walang alinlangan sa aking sinasabing, kahit mayroong mga ebidensya laban sa kanya, naniniwala ako sa kanyang ganap na kawalan ng sala. Wala siyang dahilan upang gawin ang ganitong bagay. At tungkol sa maliit na alahas na siyang pangunahing patunay laban sa kanya, kung talagang ninanais niya ito, buong kasiyahan kong ibinigay ito sa kanya sapagkat ito ang halaga ko at pagpapahalaga sa kanya."

120   Nasundan ng pag-apruba ang sinsero at makapangyarihang pananalitang ipinahayag ni Elizabeth. Ngunit ang mga tao ay naga-galak lamang sa kanyang pakikialam, at hindi pabor kay kawawang Justine na kaharap ang muli pang galit ng madla. Kanila siyang inakusahan ng pinakamasamang uri ng pagtatraydor. Umiiyak si Justine habang nagsasalita si Elizabeth, ngunit hindi siya nagsalita. Ako naman ay lubhang nagugulumihanan at naghihimutok sa buong paglilitis. Naniniwala ako sa kanyang kawalan ng kasalanan; alam ko ito. Ngunit maaaring bumagsak sa kamay ng halimaw na (walang alinlangan) pumatay sa aking kapatid, na siya ring nagtaksil sa inosenteng budhi tungo sa kamatayan at kahihiyan para sa sarili nitong malupit na paglibang? Hindi ko kayang tiisin ang kabuuan ng kahindik-hindik na mga pangyayari. Nang makita kong kinondena na ng publiko at ng mga hukom ang aking kawawang biktima, tumakas ako mula sa loob ng korte na puno ng pagdalamhati. Ang hirap at pighati ng akusado ay hindi gaya ng sa akin, na aking inuu-nang dahilan ang pagsisisi. Hindi ako mapakali sa kalunus-lunos na kalagayan.

Nagdaan ako ng isang gabi na puno ng wagas na paghihirap. Nang dumating ang umaga, pumunta ako sa hukuman. Tuyot ang aking mga labi at lalamunan. Hindi ko kayang harapin ang nakakatakot na tanong, ngunit ako ay nakilala, at nauunawaan ng opisyal kung bakit ako naroroon. Ibinoto na ang mga balota. Lahat sila'y kulay itim, at hatol na ng kamatayan ang inilatag laban kay Justine.

121   Hindi ko kayang buong-buo na maipahayag ang nararamdaman ko noong sandaling iyon. Noon pa, naramdaman ko ang takot, at sinikap kong ilahad ang mga saloobin ko. Ngunit walang mga salita na maaring maipaliwanag ang matinding kalungkutan na nadarama ko noon. Ang taong aking kinausap ay nagdagdag na si Justine ay

umamin na sa kanyang kasalanan. Sinabi niya na hindi talaga kailangan ang ebidensiyang ito dahil malinaw na malinaw ang kaso, ngunit natutuwa siya dahil nariyan ito. Ayaw ng mga hukom natin na magbintang batay lamang sa siyentipikong ebidensya, kahit gaano ito ka-kaakit-akit.

Ang balitang ito ay kakaiba at hindi inaasahan. Ano kaya ang ibig sabihin nito? Imahinasyon lang ba ang naglalaro sa akin? Tunay nga bang ako ay gila, tulad ng inaakala ng mga tao kung aking sasabihin ang aking mga hinala? Nagmadali akong umuwi, at si Elizabeth ay mainam na nagtatanong sa akin tungkol sa resulta.

"Ganito rin ang inaasahan mo siguro," tugon ko. "Ang mga hukom ay mas gustong makakita ng sampung inosenteng tao na nagdusa kaysa payagan ang isang may sala na mapalaya. Ngunit umamin si Justine."

Ito ay napakasakit na pagtama para kay maralam na siyang may malalim na paniniwala sa kawalan ng kasalanan ni Justine. "Ay, hindi!" pag-iyak niya. "Paano pa ako magtitiwala sa kabutihan ng mga tao? Si Justine, na aking minamahal at itinuturing na kapatid, paano niya nagawa ang pagpapanggap na walang kasalanan at pagtraydor sa atin lahat? Hindi ipinakita ng kanyang mababait na mga mata ang anumang palatandaan ng kaharshanan o panlilin-lang, ngunit siya ay gumawa ng pagpatay."

Hindi nagtagal pagkatapos, narinig namin na gustong makita ng mahirap na biktima ang pinsan ko. Ayaw ng aking ama na pumunta siya, ngunit sinabi niya na nasa kanya ang desisyon. "Oo," sabi ni Elizabeth, "pupunta ako, kahit na siya'y may kasalanan. At ikaw, Victor, darating ka rin. Hindi ako puwedeng pumunta mag-isa." Ang ideya ng pagdalaw na ito ay nagpahirap sa akin, ngunit hindi ako maaaring tumanggi.

Pumasok kami sa madilim na silid ng bilangguan at nakita namin si Justine na nakaupo sa kahoy-kahoy na nasa sulok. Nakatali ang kanyang mga kamay, at nakatukod ang kanyang ulo sa kanyang mga tuhod. Nang makita niya kaming pumasok, tumayo siya. Kapag kami lang ang naiwan kasama siya, nagluhod siya sa harap ng paa ni

Elizabeth na umiiyak nang hindi mapigilan. Umiyak din ang pinsan ko.

"Oh, Justine!" sinabi ni Elizabeth, "Bakit mo inalis ang aking huling pag-asa? Naniwala ako sa iyong kawalan ng sala, at kahit na noong panahon na iyon ay malungkot ako, hindi ako kasing malungkot ngayon."

"At naniniwala ka rin ba na ako'y masama, napakasama? Sinalihan mo rin ba ang mga kaaway ko upang sirain ako, upang hatulan ako bilang isang mamamatay tao?" Mahirap siyang magsalita sa gitna ng kanyang mga luha.

"Bumangon ka, mahirap na babae," sabi ni Elizabeth, "Bakit ka nagluhod kung ikaw ay walang kasalanan? Hindi ako isa sa iyong mga kaaway. Naniwala ako na walang sala ka, kahit na mayroong lahat ng mga ebidensya laban sa'yo, hanggang sa marinig ko na ikaw ay umamin. Sinasabi mo na ang ulat na iyon ay kasinungalingan, at hahayaan mo akong sabihin sa iyo, mahal kong Justine, wala ni isang saglit na magdududa ako sa iyo, maliban sa iyong sariling pagamin."

Hindi nagtagal, nabalitaan naming nais ng kawawang biktima na makita ang pinsan ko. Ayaw ng aking ama na sumama siya, pero sinabing nasa kanya ang desisyon. "Oo," sabi ni Elizabeth, "sasama ako, kahit na may sala siya. At ikaw, Victor, kasama kita. Hindi ako makakayang pumunta mag-isa." Ang pag-iisip sa pagdalaw na ito ay nagpahirap sa akin, pero hindi ko ito maitanggi.

Pumasok kami sa madilim na silid ng bilangguan at nakakita ng si Justine na nakaupo sa kahoy na tulugan sa isang sulok. Kinaliitan ang kanyang mga kamay, at nagpahinga ang kanyang ulo sa mga tuhod. Nang makita niya kaming pumasok, tumayo siya. Nang kami'y mag-isa na kasama siya, siya'y yumakap sa mga paa ni Elizabeth, umiiyak nang di-matapos. Umiyak din ang pinsan ko.

"Oh, Justine!" sabi ni Elizabeth, "Bakit mo binawi ang huling pag-asa ko? Naniniwala ako sa iyong pagiging walang sala, at kahit na malungkot ako noon, hindi naman ito kasing lungkot ngayon."

Matamlay na yumuko si Justine. "Hindi na ako natatakot

mamatay," aniya. "Natagpuan ko ang lakas sa Diyos, at binigyan Niya ako ng tapang upang harapin ang pinakamalala. Iniwan ko ang isang malungkot at matinding mundo. Kung iisipin ninyo ako bilang isang inosenteng hinatulang mali, tinatanggap ko ang kapalarang naghihintay sa akin. Mag-aral po kayo sa akin, mahal na dalaga, na masiyahan sa pagtanggap ng mga plano ng Langit."

Sa kanilang pag-uusap, ang lungkot na pumasok at muntik nang kunin ang aking diwa. Kadesperaduhan! Sino ang may lakas ng loob na pag-usapan iyan? Yung mahirap na biktima, na unti-unting lalagpas sa kahalintulad na hangganan ng buhay at kamatayan sa susunod na araw, hindi naramdaman ang parehong malalim at mapait na pighati na gumagalit sa akin. Hinigpitan ko ang aking mga ngipin at nagngingitngit mula sa pinakakalaliman ng aking kaluluwa. Nang mapawi ang pagkalito ni Justine, lumapit siya sa akin at sinabi, "Mahal kong ginoo, napakabuti ninyong bumisita sa akin. Sana ay hindi kayo naniniwalang ako'y may sala?"

Hindi ako makapagsalita. "Hindi, Justine," tinapatan ni Elizabeth. "Mas kumpiyansa siya sa iyong kawalan ng kasalanan kaysa sa akin. Kahit matapos niyang marinig na inaamin mo ang iyong kasalanan, hindi niya iyon pinaniniwalaan."

"Lubos na pinasasalamatan ko siya. Sa mga huling sandaling ito, napakalalim ng aking pasasalamat sa mga taong nag-iisip ng mabuti tungkol sa akin. Ang pagmamahal ng iba aynapakatamis para sa katulad ko na maraming pinagdaanan. Ito ay nagpapagaan sa kalahati ng aking kalungkutan. Ngayong kayo, mahal na dalaga, at iyong pinsan ay naniniwala sa aking kawalan ng kasalanan, nababatid ko na maibayong payapa kong matatanggap ang kamatayan."

Sa ganitong paraan, sinikap ng kawawang biktima na aliwin ang iba at ang sarili. Nagtagumpay siya sa kaniyang hinahangad. Subalit ako, ang tunay na mamamatay-tao, ay naramdaman ang hindi kailanman mamamatay na uod na may kabuhayan sa aking dibdib, na hindi nagbibigay ng pag-asang kahit ano o kahit anong kasiyahan. Si Elizabeth rin ay umiiyak at hindi maligaya, ngunit ang kanyang kalungkutan ay nagmumula rin sa kanyang kawalangkasalanan. Ako ay hinahakob ng kalungkutan. Sa aking loob ay isang impiyerno na hindi maalis. Nanatili kami ng ilang oras na kasama si Justine; at mahirap kay Elizabeth na kanyang sarili'y paghiwalayin. "Nais ko," sigaw niya, "na mamatay kasama mo; hindi ako makakapagpatuloy sa mundong ito ng kalungkutan."

Nagtangi ng masayang pagsasama si Justine, habang hirap na napipigilan ang kanyang mapait na mga luha. Siya'y yumakap kay Elizabeth at sinabi, sa tinipid na boses, "Paalam, mahal kong dalaga, pinakamamahal na Elizabeth, ang aking minamahal at tanging kaibigan; nawa'y pagpalain at ingatan kayo ng Langit sa kanyang biyaya; nawa'y ito na ang huling pagkakataon na kayo ay magdusa! Mabuhay kayo at maging masaya, at gawin rin ang iba."

At kinagabihan, namatay si Justine. Hindi nagtagumpay ang mga salitang saktong nakaluhod ni Elizabeth na mahikayat ang mga hukom na baguhin ang kanilang mga isip tungkol sa walangkasalanan na pasanin ng pagkakasala ni Justine. Ang aking mga mainit na at galit na pakiusap ay hindi napakinggan. Nang marinig ko ang kanilang malamig na mga tugon at pakinggan ang walangpuso nilang pangangatwiran, hindi ko mapigilang umamin sa katotohanan. Ang magiging resulta ay ang pagkumpirma ko sa sariling pagkasira ng isipan, ngunit hindi magbabago ang hatol na ibinaba sa aking kawawang biktima. Siya'y namatay sa hukay na parang isang mamamatay-tao!

Lubos akong nababalot ng pagkakasala, at inilipat ko ang aking atensyon sa malalim at tahimik na kalungkutan ni Elizabeth. Responsable rin ako dito! Ang aking mga aksyon ang nagdulot ng pagdadalamhati ng aking ama at pagkawasak ng dating masayang tahanan namin. Kayo'y umiiyak, mga mahal ko, ngunit hindi pa ito ang inyong huling pagluha! Muli at muli kayong maghihinagpis! Frankenstein, inyong anak, kamag-anak, at dating minamahal na kaibigan, na handang isakripisyo ang lahat para sa inyo, ay tumatamasa ng kasiyahan lamang sa pag-iilaw ng inyong mga mukha. Ninanais niya lamang na punuin ang inyong buhay ng mga biyaya at maglingkod nang walang pagod. Hinihiling niya sa inyo na umiyak, na talunin ang mga luha nang walang katapusan. Marahil sa gayon, kung matitikman ng tadhana at mapipigil ang kapahamakan bago nito ang inyong kapayapaan sa libingan, maaaring makahanap kayo ng ginhawa mula sa inyong hagupit.

127   Ang tinig ng aking kalooban ay nagsalita ng mga salitang ito, na nagbabala ng hinaharap, habang nadarama ko ang pagkain ng konsiyensiya, pangamba, at kalungkutan. Nakita ko ang mga minamahal ko na umiiyak sa mga hukay ng mga labi ni William at Justine, ang unang mga trahedyang biktima ng aking ipinagbabawal na mga eksperimento.

CHAPTER IX

 Walang mas masakit sa isip ng tao kaysa sa katahimikan at kasiguraduhan na sumusunod pagkatapos ng matinding damdamin at mga pangyayari. Ito ay kumakapit ng pag-asang nawala at takot. Namatay si Justine at ako ay nananatiling buhay. Ang aking katawan ay puno ng dugo, ngunit ang aking puso ay mabigat sa panghihinayang at pagkadismaya na hindi mababawasan. Hindi ako makatulog. Pakiramdam ko ay parang isang masamang espiritu dahil nagawa ko ang mga kasamaan na hindi ko kaya ibigay ng mga salita. At mayroon pa, marami pang iba, na pinapaniwalaan ko sa sarili ko na kailangan kong gawin. Sa kabila ng lahat ng ito, nararamdaman ko pa rin ang kabutihan at pagnanais na gumawa ng mabuti. Sinimulan ko ang aking buhay na may mabubuting hangarin at nais gumawa ng pagkakaiba sa iba. Ngunit ngayon, lahat ay nasira. Sa halip na magpahalaga sa ginawa ko sa nakaraan at umasa sa isang makabuluhang kinabukasan, ako ay sinakmal ng pagkakasala at pagsisisi. Parang ako ay hinila pababa sa isang sakit na lugar na hindi maipaliwanag ng anumang salita.

Ang kalungkutan na ito ay nagdulot sa aking kalusugan na magsilbi, dahil hindi ako kailanman lubusang nakabawi mula sa unang pagkabahala na aking naranasan. Iniwasan ko ang ibang mga tao. Ang anumang tunog ng kaligayahan o kasiyahan ay hindi matagalan sa akin. Ang tanging bagay na nagbibigay sa akin ng aliw ay ang pagiging mag-isa sa kahabag-habag na kadiliman at katahimikan, para bang patay na ako.

129   Obserbahan ng aking ama ang aking mga damdamin at ginawa niya ang lahat ng kanyang makakaya upang matulungan ako na makahanap ng kaliwanagan at magkaroon ng tiwala sa sarili. Tinanong niya, "Sa palagay mo ba, Victor," sabi niya, "na hindi ako nagdurusa rin? Walang ibang mas nagmamahal sa isang anak kundi ang kanyang ama. Huwag mong isipin na kailangan mong pigilan ang iyong sariling mga emosyon. Maramdaman mo ang nararapat mong maramdaman."

Ang payong ito, bagaman mabuti, ay ganap na hindi naaangkop sa aking sitwasyon. Dapat ako sana ang unang palakasin ang loob ng aking mga kaibigan, ngunit sa halip, puro pagsisisi ang umiral sa akin. Ngayon ay hindi na lamang ako makapagbigay-sagot sa aking ama kundi nakangiti na may kalungkutan, at nagpumilit na itago ang aking sarili mula sa kanyang paningin.

130   Nasa panahong ito, kami ng aking pamilya ay lumipat sa aming bahay sa Belrive. Lubos akong natutuwa sa pagbabagong ito. Naging nakakainip na manirahan sa loob ng mga dingding ng Geneva dahil sa bawat gabi, nagkakapinid ang mga gate ng mga alas diyes at hindi na kami maaaring manatili sa lawa pagkatapos ng oras na iyon. Ngunit ngayon, sa wakas ay malaya na ako.

Minsan, kapag natulog na ang lahat sa pamilya, aking inilalabas ang bangka at gumugugol ng mga oras sa tubig. Sa hangin na sumasayad sa aking layag, hinahayaan kong dalhin ako. O kaya naman, minsan, aking iniihawak ang paghila ng bangka sa gitna ng lawa at pinaaalis ko ito habang ako'y nawawala sa aking sarili malungkot na kaisipan.

May mga sandali na naiisipan kong lumangoy papasok sa tahimik na lawa, umaasang susukuban nito ako at ang aking mga suliranin magpakailanman. Ngunit saka ko na lang maiisip si Elizabeth, ang matapang at nagdurusa na taong aking lubos na minamahal, na ang buhay ay nakatali sa akin. Naisip ko rin ang aking ama at ang natirang kapatid ko. Kung ipapabaya ko sila at iiwan ko silang walang proteksyon mula sa nilikha kong halimaw, iyon ay isang kahawig sa pagiging duwag.

131 Sa mga sandaling iyon, umagos ang mga luha sa aking mga pisngi, at umaasa akong magkaroon ng kapayapaan sa aking isipan upang maipadama ang kasiyahan at kaligayahan sa aking mga mahal sa buhay. Ngunit iyon ay imposible. Ang pagsisisi ay naglapat sa anumang pag-asa na meron ako. Ako ang may pananagutan sa walang-hanggang pinsala, at araw-araw ko itong nabubuhay sa takot na ang halimaw na aking nilikha ay gagawa ng mas masamang mga gawa. May kutob ako na hindi pa ito tapos, at malamang na gawin niya ang isang bagay na napakasama na halos malimot ang alaala ng kanyang mga nakaraang kasalanan. Basta mayroong isang bagay na inaalagaan ko, lagi kang mananatiling takot. Hindi maipapahayag ng mga salita ang aking pagkasuklam para sa nilalang na ito. Tuwing iisipin ko siya, nagngingitngit ang mga ngipin ko, nanunugnaw sa galit ang mga mata ko, at sadyang masidhi kong ninanais na tapusin ang buhay na sa kamangmangan ko ay ibinigay ko sa kanya. Kapag ipinag-isipan ko ang lawak ng kanyang mga kasalanan at kasamaan, walang hanggang galit at paghahangad ko ng paghihiganti. Kung magagawa ko lang, aakyat ako sa pinakamataas na tuktok ng Andes upang siya'y ibagsak. Asam kong harapin siya muli, upang mailabas ko ang buong puwersa ng aking pagkamuhi sa kanya at mapaghigantihan ang mga kamatayan nina William at Justine.

132 Ang aming tahanan ay napuspos ng kalungkutan. Lubhang naapektuhan ang kalusugan ng aking ama dahil sa mga kamakailang malalaswang pangyayari. Si Elizabeth ay nalulungkot at nawawalan ng pag-asa. Hindi na niya natatagpuan ang ligaya sa kanyang karaniwang mga gawain, sa paniniwalang anumang kasiyahan ay hindi naaayon sa mga yumaong. Iniisip niya na ang walang hanggang kalungkutan at pagluha lamang ang tanging nararapat na paraan

upang bigyang-pugay ang inosenteng nawala. Hindi na siya ang masayang tao na dati naming sinasamahan sa paglalakad sa tabi ng lawa at masayahan sa aming mga pag-uusap tungkol sa hinaharap. Dumating na sa kanya ang una sa mga kalungkutan na layuning maghiwalay sa atin sa mga bagay na makamundong. Ang epekto nito ay nagbawas ng kanyang pinakamaliwanag na mga ngiti.

133   "Nang maisip ko ang malungkot na kamatayan ni Justine Moritz, aking mga mahal na pinsan," sabi niya, "parang hindi na pareho ang mundo. Noon, kapag nagbabasa ako ng mga kasamaan at hindi patas na pangyayari sa mga aklat o naririnig ko ang mga ito mula sa iba, binibigyang-pansin ko ito bilang mga kuwento noong una o kathang-isip lamang. Tilang malalayo, isang bagay na mas maiintindihan ng katwiran kaysa imahinasyon. Pero ngayon, and kahapisan ay dumating sa aming mga pintuan, at ang mga tao ay tila halimaw na uhaw sa pagka-daluyan ng sakitan. Gayunpaman, alam ko na hindi ito patas. Lahat ay naniwala na ang kawawang babaeng ito ay may kasalanan, at kung talagang siya ay nagkasala ng krimen na binibintang sa kanya, siya ang pinakamasamang tao. Papatayin ang anak ng kanyang mabuting alaga at kaibigan, isang taong kanyang inalagaan mula pa sa kanyang pagsilang at minahal bilang sariling anak, lahat para lang sa ilang pirasong alahas! Hindi ako kailanman sumang-ayon sa pagkamatay ng sinuman, pero aakalain ko na isang tao tulad niya ay hindi nararapat mabuhay sa loob ng lipunan. Ngunit siya ay walang sala. Alam ko iyon, nadarama ko iyon, at ang iyong opinyon ay sumasang-ayon sa akin. Oh hindi, Victor, kapag ang kasinungalingan ay marahil ang katotohanan, paano tayo magiging tiyak patungkol sa kaligayahan? Pakiramdam ko ay parang naglalakad ako sa gilid ng bangin, na may libu-libong tao na itinulak ako patungo sa kalaliman. Si William at Justine ay pinatay, at ang mamamatay-tao ay malaya, marahil kahit na pinaha-halagahan sa mundo. Ngunit kahit ako ay hatulang mamatay sa mga parehong kasalanan, hindi ko nais na magpalit ng posisyon sa isang taong ganap na miserable."

134   Naramdaman ko ang matinding kirot habang nakikinig sa

kanyang mga salita. Sa isang paraan, ako mismo ang tunay na mamamatay-tao. Nakita ni Elizabeth ang sakit sa aking mukha, at kusa niyang hinawakan ang aking kamay sabay sabing, "Aking pinakamamahal na kaibigan, kailangan mong magpakalma. Ang mga pangyayaring ito ay malalim na naapektuhan ako, ngunit hindi ako kasing kapalaluan na gaya mo. Ang mismong pananaw ng pighati at kung minsan ay mapanuring pagtingin sa iyong mukha ay nagpapangamba sa akin. Victor, pakawalan mo ang mga madilim na damdaming ito. Isipin mo ang mga kaibigan na nagmamalasakit sa iyo at nagnanais na makita kang maligaya. Nawala ba namin ang kakayahang paramihin ang iyong kasiyahan? Hangga't nagmama-halan tayo sa payapang at magandang lugar na ito, sa iyong tahanan, maaari tayong magkaroon ng mapayapang biyaya. Ano pa bang maaaring maglabag sa ating kapayapaan?"

Maaaring ang mga salita niya, mula sa taong aking pinahahala-gahan nang higit sa lahat, ay sapat na upang palayain ang kahungk-agan na bumabagabag sa aking kaluluwa? Habang siya'y nagsasalita, lumapit ako sa kanya, may takot na sa parehong sandaling iyon, ang mamamatay-tao ay malapit, handang kunin siya sa akin.

Ngunit wala namang init ng pagkakaibigan o kagandahan ng mundo, pati na rin ang kagandahan ng kalangitan, ang makapagpa-palaya sa aking kaluluwa mula sa kalungkutan. Pati ang mga sali-tang pag-ibig ay walang kapangyarihan. Ako ay napalibutan ng isang ulap na walang magandang bagay na kayang maglabas. Ang sugatang usa, itinatakbo ang pagod na mga binti hanggang sa isang tagong lugar, kung saan ito'y maaaring tumingin sa palaso na nagpasakit sa kanya at mamatay, ay isang simbolo ng aking sariling kalagayan.

Minsan, kaya kong pagtugunan ang malalim na kalungkutan na bumabalot sa akin. Ngunit sa ibang pagkakataon, ang aking malalakas na damdamin ay nagpapatuloy sa akin na maghanap ng ginhawa sa pamamagitan ng ehersisyo. Bigla akong umalis sa aking tahanan at nagtungo sa malapit na mga lambak ng Alpine. Umaasa ako na ang kadakilaan at kahabagan ng mga lugar na iyon ay makatutulong sa akin na kalimutan ang aking sarili at pansamanta-lang kalungkutan bilang isang tao. Lalo na ako pumunta sa libis ng Chamounix, na maraming beses kong pinuntahan noong ako'y mas batang ako. Anim na taon na ang nakaraan mula sa huling pagbisita ko doon, at bagaman ako ay sabog, ang mga ligong at walang hang-gang tanawin ay nanatiling eksaktong pareho.

136   Nagsimula akong sumakay ng kabayo sa aking paglalakbay. Makaraan ang ilang sandali, umupa ako ng isang mula dahil mas tiyak ito sa paglakad at mas hindi gaanong nadaragdagan ng pagka-sugatan sa mga bulok na kalsada. Maganda ang panahon, nasa kalagitnaan ng Agosto, halos dalawang buwan matapos mamatay si Justine. Lubhang malungkot na panahon iyon para sa akin. Ngunit habang lumalim ako sa lambak ng Arve, pakiramdam ko'y nagpapapal-itaw ng kaunting ginhawa. Ang napakalaking mga bundok at bangin sa paligid ko, ang tunog ng ilog na dumadaloy sa gitna ng mga bato, at ang mga talon na bumabagsak, nagpapakita ng kapangyarihan na napakalakas tulad ng anumang puwersa sa mundo. Nawala ang takot at pag-aalala ko sa anumang bagay maliban sa taong lumikha at namamahala sa lahat ng nasa paligid ko. Kapag ako'y sumasampa paakyat sa lambak, ito'y nagiging lalong kamangha-mangha at makalulula. May mga lumang sira-sira na kastilyo na nakakabit sa malalagong bundok na takpan ng mga puno ng pino, ang malakas na Ilog Arve, at mga bahay-bahay na biglang lumulitaw sa mga puno. Ito'y isang tagpo ng di-karaniwang kagandahan. Subalit ang nagpa-pahanga pa nito ay ang malalaking Alpes. Ang kanilang malalaking mababangis na mga tuktok at tukad, nagmatagumpay sa iba pang mga bagay, parang tungkol ito sa ibang mundo, tahanan ng ibang uri ng mga tao.

137   Tumawid ako sa tulay ng Pélissier at nagsimulang umakyat sa bundok na nagtataas sa bangin ng ilog. Pagkatapos, pumasok ako sa lambak ng Chamounix. Ang lambak na ito ay kamangha-mangha at marikit, pero hindi gaanong maganda at picturesque tulad ng Lambak ng Servox na ngayon ko lang dinaanan. Ang matataas na bundok na may puting niyebe ang mga hangganan nito, pero hindi

na ako nakakakita ng mga bahay-bilog na kastilyo o malalawak na bukirin. Malalaking glacier ang malapit sa daan, at naririnig ko ang malalakas na anggulo ng nagbabagsakang balyena at nakikita ang dumaang usok nito. Ang Mt. Blanc, ang pinakamataas at pinakagandang bundok, ay humahaligi sa lambak na ito sa pamamagitan ng kanyang malalaking taluktok.

Sa paglalakbay na ito, madalas kong nararamdaman ang isang nakapangingilabot na kasiyahan na matagal ko nang hindi naramdaman. Minsan, ang isang likuan sa daan o isang bagay na bago na nakikita ko ay nagpapaalala sa akin ng mga nagdaang araw at nagbabalik ng mga alaala ng walang alalahanin na kaligayahan mula sa aking kabataan. Ngunit pagkatapos, ang nakapagpapalakas na pananaw na iyon ay mawawala—ako'y malulunod na naman sa kalungkutan, nababalutan ng kalungkutan ng aking mga iniisip. Sa mga pagkakataong iyon, pupuksain ko ang aking hayop, umaasa na kalimutan ang mundo, ang aking mga takot, at higit sa lahat, ang aking sarili. O sa mga sandaling lubos na desperado, aalis ako sa aking hayop at magakalapit ako sa damuhan, nasasakal sa panginginig at kawalang pag-asa.

Sa wakas, naabot ko ang bayan ng Chamounix. Lubos akong pagod, hindi lamang sa pisikal na aspeto kundi pati na rin sa isip. Sandali akong tumayo sa bintana, tinitingnan ang mahinang pagputok ng kidlat na nagbibigay-liwanag sa Mont Blanc at nakikinig sa malalakas na tunog ng Agusan ng Arve na umaalon sa ilalim. Ang mga nakalulugod na tunog na ito ay parang himig sa pagtulog na pinatatahanan ang aking malalim na damdamin. Nang ilapat ko ang ulo ko sa unan, dahan-dahang nakapalibot sa akin ang pagkakatulog. Nalalaman ko ang kanyang pagdating, at lubos akong nagpapasalamat sa pagaabot na ito ng ginhawa.

CHAPTER X

¹³⁹ IKA'Y SUMUNOD NA ARAW AY GINUGOL KO SA PAGLILIBOT SA LAMBAK. Tumayo ako malapit sa simula ng ilog Arveiron, na umaagos mula sa isang gleysyer na dahan-dahang gumagalaw mula sa tuktok ng mga burol upang harangan ang lambak. Malalaking bundok ang pumaligid sa akin, may yelo sa gleysyer na nakabitin sa itaas. May ilang naputol na pino sa paligid. Ang mga tunog lamang na naririnig sa lugar na ito ay ang umaambon na alon ng ilog, ang pagkabagsak ng malalaking piraso ng yelo, at malalakas na ingay ng mga pagguho sa kabundukan. Ang yelo ay tila hindi matitinag, ngunit paminsan-minsan ay maghahati ito parang isang laruan. Ang mga kahanga-hangang tanawin na ito ay nagdala sa akin ng pinakamalaking ginhawa na maaari kong mahanap. Ito'y nagpangyari sa akin na maramdaman na mas malaki ako kaysa sa aking mga suliranin at bagamat hindi nito kaya alisin ang aking kalumbayan, ito'y nagpapakalma at nagpapalamig sa akin. Ito rin ay nakatulong na palayain ang aking isip mula sa mga iniisip ko sa nakaraang buwan. Nang ako'y matulog ng gabing iyon, ang mga panaginip ko'y puno ng mga dakilang larawan na aking nasaksihan sa araw na iyon. Ang puting tuktok ng bundok, ang kumikinang na taluktok, ang kakahuyan ng

pino, ang magulong bingit, at ang lawin na lumilipad nang mataas sa kalangitan - ang lahat ng ito ay nagtipon sa paligid ko at sinabing hanapin ko ang kapayapaan.

140   Saang napunta sila noong bumangon ako kinabukasan? Lahat ng mga bagay na nagpuno ng aking kaluluwa ng inspirasyon ay nawala kasabay ng pagkawala ng tulog, at ang isang madilim na kalungkutan ang naglarawan sa bawat isip. Malakas na kulog at malalakas na ulan ang bumibagsak, at ang makapal na hamog ang nagtatabon sa mga tuktok ng bundok, kaya't hindi ko mabisa makita ang mga mukha ng mga kapangyarihang kaibigan. Ngunit ipinasya kong mahanap sila sa kanilang tahanan na natatakpan ng hamog. Ano ba ang halaga ng ulan at ang bagyo sa aking mga mata? Ang aking kabayo ay inilabas sa pintuan, at nagpasiya akong umakyat sa tuktok ng Montanvert. Naalaala ko kung paano pinukaw ako sa unang pagkakataon na nakita ko ang lawak at patuloy na gumagalaw na glacier. Ito'y nagpuno sa akin ng napakagandang excitement na nagpabangon sa aking diwa at nagpayagan itong umalsa mula sa karaniwang mundo patungo sa kasiyahan at ilaw. Ang pagtingin sa nakamamanghang at magiting sa kalikasan ay palaging may kapangyarihang gawin akong maramdaman ang pagsambit at kalimutan ang mga alalahanin ng pang-araw-araw na buhay. Nagpasiyang ako'y mag-isa lamang na walang tagapayo, sapagka't ang pagkakaroon ng ibang tao ay aalis sa katakam-takam na kaharipan ng eksena.

141   Ang daan paakyat sa bundok ay napakatatarik, ngunit maraming liko ang makatutulong sayo sa banggitang mga bahagi. Ang tanawin ay napakalungkot. Makikita mo ang mga bunga ng mga bungguan noong winter sa maraming dako, kung saan mga puno ay nasira at nabahagya sa lupa. Ang iba sa mga puno ay lubusang nawasak, samantalang ang iba naman ay nakayuko at umaasa sa mga bato o ibang mga puno. Habang tumataas ka, ang daan ay tumatawid pa rin sa mga bangin na puno ng niyebe, at ang mga bato ay patuloy na bumabagsak mula sa itaas. Ang isa sa mga bangin na ito ay lubhang delikado sapagkat maaaring magdulot ng kapahamakan sa sinu-

mang maririnig pa lamang ang maliliit na tunog, tulad ng pagpagsalita ng malakas. Ang mga pine tree ay hindi mataas o mararapatan, ngunit sila ay madilim at nagdaragdag ng seryosong atmospera sa tanawin. Tumingin ako pababa sa nasa ibaba na libis, at nakita ko ang makapal na mga usok na umaahon mula sa mga ilog na dumadaloy dito. Ang mga usok ay umaikot sa paligid ng mga bundok sa kabilang dako, na naglalayo ng mga taluktok nito sa mga ulap. Sumasalakay ang ulan mula sa madilim na kalangitan, na nagpaparamdam ng lalong kalungkutan at kadiliman sa mga naka-paligid na bagay. Oh, bakit kaya nagmamalaki ang mga tao sa pagkakaroon nila ng mas malalim na emosyon kaysa mga hayop? Ito lamang ang nagpapalakas sa ating kahinaan. Kung ating mga pangunahing pangangailangan tulad ng gutom, uhaw, at pagnanais lamang ang ating inuuna, malapit na tayong maging malaya. Ngunit ngayon, tayo ay apektado ng bawat maliliit na bagay, bawat salitang binanggit o eksena na ating natutunghayan.

142 Tumitigil tayo at isang pangarap ay maaaring sirain ang ating pagkakatulog.

 Ginigising tayo at isang naglalakbay na kaisipan ay sumisira sa ating araw.

 Tinatamasa, iniisip, o pinapanood. Tumatawa o umiiyak,

 Yakapin ang malungkot na kalungkutan, o palayain ang ating mga alalahanin...

 Lahat ay pareho: kung ito'y kaligayahan o kalungkutan,

 Ang paraan ng paglaho nito ay hindi nagbabago.

 Ang nakaraan ng isang tao ay maaaring hindi magiging katulad ng kanyang hinaharap;

 Walang bagay na maaaring tumagal maliban sa pagbabago!

143 Halos tanghali na nang aabutin ko ang tuktok ng burol. Umupo ako sa bato at tumingin sa mamasa-masang dagat sa ibaba. May isang ulap na nakatakip sa yelo at sa mga nakapaligid na bundok. Ngunit bigla ay dumating ang isang simoy at inalis ang ulap, kaya nagsimula akong bumaba sa bundok ng yelo. Ang ibabaw ay puno ng butas, parang mga alon sa isang maalog na dagat, may mababang

mga lugar at malalalim na mga bitak sa pagitan. Ang patag na yelo ay may lapad na halos isang milya, at kailangan ko ng halos dalawang oras na lampasan ito. Sa kabilang dako, may isang matarik na baku-bako na bundok. Mula sa kinaroroonan ko, nakita ko ang Montanvert, isang lugar na mga isang milya ang layo. At sa itaas nito, matatanaw ang Mont Blanc, isang maluwalhating bundok na talaga namang nakapagpapangilabot. Nakahanap ako ng isang lugar sa mga bato at tinitigan ang kahanga-hangang tanawing ito. Ang ilog ng yelo ay naglalakbay sa pamamagitan ng mga bundok, kung saan ang kanilang mga matataas na tuktok ay kumikinang sa liwanag ng araw sa itaas ng mga ulap. Ang aking puso, na nagdadalamhati noon, ngayon ay medyo masaya na. Hindi ko maiwasang sabihin, "Kung may mga kaluluwang naglalakbay diyan, sana bigyan nyo ako ng munting kaligayahan na ito, o isama nyo ako sa inyo, palayo sa mga problema ng buhay."

144   Habang ako'y nagsasalita, bigla kong nakita ang isang lalaki sa kalayuan na papalapit sa akin nang mas mabilis kaysa sa sinumang tao. Sumisibad siya sa mga bitak sa yelo na dahan-dahang tini-tipuhan ko. Habang lumalapit siya, napagtanto kong mas matangkad siya kaysa sa isang karaniwang tao. Natakot ako at naramdaman ko ang pagkahilo, ngunit ang malamig na hangin mula sa mga bundok ay nagpatigil sa akin. Nakita ko, na may takot, na ang papalapit na tao ay ang halimaw na aking nilikha. Kinikilabutan ako at nanginginig sa galit at takot, at nagpasiya na harapin siya at labanan hanggang kamatayan. Lumapit siya, ang kanyang mukha'y nagpapakita ng kalungkutan at poot, at ang kanyang kahindik-hindik na pangitain ay nagpapangyari sa kanya na masyadong nakakatakot tignan. Ngunit ako'y lubos na nababalot ng galit at poot, kaya hindi ko ito napansin. Sa simula, hindi ako makapagsalita dahil sa aking matinding emosyon, ngunit nahanap ko ang aking tinig at inilabas ang isang daluyong ng galit at pagsasamantala sa kanya.

"Pinakamakababoy!" sigaw ko. "Paano mo ito ginawa na lumapit sa akin? Hindi ka ba natatakot sa malalakas na kaparusahang darating sa iyo? Umalis ka, kadiring nilalang! Hindi, manatili ka! Nais kong durugin ka at gawing alikabok! Oh, kung paaalisin ko lang sana ang mga inosenteng buhay na iyong malupit na inagaw!"

145   "Inaasahan ko ito," sabi ng halimaw. "Lahat ng mga tao'y napopoot sa mahirap, alam kong napopoot rin sila sa akin! Ngunit ikaw, aking lumikha, napopoot ka rin sa akin! Gusto mong patayin ako. Gawin mo ang tungkulin mo sa akin, at gagawin ko rin ang sa akin sa iyo at sa iba pang mga tao. Kung susunod ka sa mga kondisyon ko, lubos kong iiwanan kayo at kayo'y mamamahinga ng tahimik. Gayunpaman, kung tatanggihan mo, babantayan ko ang mga ngipin ng kamatayan, hanggang mabusog ito sa dugo ng iyong natirang mga kaibigan."

"Halimaw! Masamang demonyo! Ikinamumuhay mo ako para sa iyong pagkakalikha at ngayon pipatayin ko ang iyong buhay!"

Ang aking poot ay walang hanggan. Lumukso ako sa kanya na pinapaandar ng lahat ng mga damdamin na maaaring magarmas sa isang nilalang laban sa pagsasalima ng isang iba pang nilalang.

Madaling nakaiwas siya sa akin, at sinabi niya—

146   "Maawa ka naman! Pakiusap ko sa iyo, pakinggan mo muna ako bago mo ibuhos ang iyong galit sa akin. Hindi ba't sapat na ang aking pinagdusa? Bakit mo pa gusto akong pasakitan nang higit pa? Ang buhay, kahit puno ng kirot, ay mahalaga sa akin, at aking itatanggol ito. Tandaan, ginawang mas malakas mo ako. Mas matangkad at mas maliksi ako. Ngunit hindi ako malilinlang na lumaban sa iyo. Ako'y iyong nilikha, at ako'y magiging malumanay at magiging sunod sa aking likas na tagapagtatag at hari, kung gagampanan mo rin ang iyong bahagi. Oh, Frankenstein, huwag mo akong tratuhing hindi patas samantalang mabait ka sa lahat ng iba. Tandaan, ako'y iyong nilikha. Dapat akong magiging katulad ng iyong Adan, ngunit sa halip, pakiramdam ko'y isang anghel na napabagsak, inilayas mula sa kaligayahan ng walang dahilan. Saan man ako tumingin, nakikita ko ang ligaya na hindi ko kailanman mararanasan. Noon, ako'y mabait at mabuti, ngunit ang

kalungkutan ay nagpabago sa akin, at ako'y naging isang halimaw. Gawin mo akong maligaya, at ako'y magiging mabuting-loob muli."

"Lumisan ka! Hindi kita pakikinggan. Hindi tayo maaaring magkaroon ng relasyon. Tayo'y magkaaway. Umalis ka, o sabay nating subukan ang ating lakas sa isang laban kung saan ang isa sa atin ay dapat matalo."

"Paano ko kayang makapagpapaniwala sa iyo? Hindi ba ang aking mga panalangin ay maaaring pukawin ang iyong kabutihan at habag sa iyong nilikhang nilalang? Maniwala ka sa akin, Frankenstein, ako ay dating may mabuting puso; ang aking kaluluwa ay puno ng pag-ibig at kabutihan para sa tao. Ngunit ngayon, hindi ba ako nag-iisa, lubhang nag-iisa? Ikaw, aking lumikha, ay tumititig sa akin nang may pagsusuplado. Anong pag-asa ang aking pwede makuha mula sa ibang mga tao, na wala namang utang na loob sa akin? Sila ay tinatatangi at kinamumuhian ako. Ang mga walang laman na mga bundok at malalamig na kuweba ng yelo ang aking tanging tahanan. Naglakbay ako rito sa loob ng maraming araw, natatagpuan ang kahimbingan lamang sa mga kuwebang yelong ito na kahit ang mga tao hindi gustong mapasakamay. Tinatanggap ko ang malupit na langit na ito, sapagkat ako'y itinuturing nito nang mas mabuti kaysa sa mga kapwa tao mo. Kung malaman lamang ng mundo ang tungkol sa akin, gagawin nila ang ginagawa mo - sila'y mag-aarmas para sirain ako. Hindi ba dapat kong pagtataniman ng poot ang mga taong sumasalansang sa akin? Hindi ako makikipagka-sunduan sa aking mga kaaway. Ako ay malungkot, at nararapat nilang madanas ang aking kalungkutan rin. Ngunit ikaw ang may kapangyarihan na gantihan ako at iligtas sila mula sa kasamaan na maaari mong likhain, na hindi ikaw lamang at ang inyong pamilya, kundi libu-libong iba pa, ang mapapahamak ng walang kapantay. Hinihiling ko sa iyo, maging maawain at huwag tanggihan ako. Pakinggan mo ang aking kuwento. Kapag narinig mo na ito, maaari mong talikuran ako o ipagdamay ako sang-ayon sa tingin mo na nararapat kong matanggap. Ngunit pakitang pakinggan mo ako. Kahit mga kriminal, ayon sa mga batas ng tao, ay pinapahintulutan na ipagtanggol ang kanilang sarili bago ito hatulan. Pakinggan mo ako, Frankenstein. Itinutulad mo ako sa karahasang pagpatay, subalit ikaw naman ay, hindi nagdalawang-isip, handang sirain ang iyong sariling nilalang. Oh, anong patotoo sa walang-hanggan gumagalaw na batas ng tao! Gayunman, hindi ko ipinipilit na ipatawad mo ako. Pakinggan mo ako, at pagkatapos, kung kaya mo at kung nais mo, sirain ang iyong nilikhang nilalang."

148   "Bakit mo ako inaalaala", tugon ko, "ng mga bagay na nagpupuno sa akin ng takot at pagsisisi, na alam kong ako ang malas na dahilan at lumikha sa kanila? Sumpain ang araw na iyon, susuhayang demonyo, nang unang lumitaw ka! Lumayo ka! Ilayo mo ako sa paningin ng iyong nakakasuklamang anyo."

    "Kaya aalis na ako, aking lumikha," sabi niya nang malungkot, takip ang aking mga mata ng kanyang mga kamay, na pilit kong itinulak palayo. "Aalisin ko ang isang paningin na inirapan mo. Pero maaari ka pa ring makinig sa akin at ipakita ang awa sa akin. Ipinamamakaawa ko ito sa iyo batay sa kabutihan na minsan kong pinanghahawakan. Dinggin ang aking kuwento. Nasa iyo ang magpasiya kung ako'y aalis sa kawalang-hanggan ng sangkatauhan at mamuhay ng mapayapa, o kung ako'y magiging parusa sa iyong kapwa-tao at dahilan ng iyong sariling kawalan ng katarungan."

149   Nang sabihin niya iyon, siya ay lumakad sa harap sa yelong dapat tayong tahakin. Sumunod ako. Ang aking puso ay puno ng damdamin at hindi ako sumagot sa kanya, subalit habang kami ay naglalakad, iniisip ko ang mga sinabi niya at nagpasya na marinig man lamang ang kanyang kwento. Naging curious ako at nadarama ko ang awa para sa kanya, na nagpaiwan sa akin sa aking desisyon. Sa una, iniisip ko na siya ang pumatay sa aking kapatid, kaya't talagang nagnanais akong patunayan o bawiin ang paniniwalang ito. Ito rin ang unang pagkakataon na napagtanto kong bilang ang kanyang lumikha, may tungkulin akong pasayahin siya bago ako magreklamo sa kanyang mga masasamang gawa. Ang mga dahilang ito ang nagpasya sa akin na tanggapin ang kanyang hiling. Kaya, kami ay

lumakad sa ibabaw ng yelo at umakyat sa kabila. Malamig at muling umuulan. Pumasok kami sa kubo, sa kinatuwa ng nilalang, habang ako ay nalulungkot at lugmok. Ngunit pumayag akong makinig at umupo malapit sa apoy na sinindihan niya. Sa sandaling iyon, sinimulan niya ang kanyang kwento.

CHAPTER XI

150 "Napakahirap talagang maalala ang mismong simula ng aking pag-iral. Lahat mula sa panahong iyon ay magkakaugnay at malabo sa aking isipan. Naranasan ko ang isang kakaibang kombinasyon ng mga sensasyon - pagkakita, pagdamdam, pagkakarinig, at amoy, lahat ay sabay-sabay. Nagtagal ng mahabang panahon bago ko natutunan kung paano sila paghiwalay-hiwalayin. Unti-unti, naalala ko ang isang mas malakas na liwanag na bumabaha sa aking mga pandama, kaya't kailangan kong isara ang aking mga mata. Kapalaluan ang bumalot sa akin at nagpakabahala ako, ngunit sa sandaling binuksan ko ang mga mata ko, bumalik sa akin ang ilaw. Naglakad ako, at marahil ay pababa, ngunit naramdaman kong may pagkakaiba. Noon, ako ay napaligiran ng mga dilim at matibay na bagay na hindi ko makita o maabot. Ngunit ngayon, malaya akong makapaglakad nang walang anumang sagabal sa aking daan. Patuloy na lumalakas ang liwanag at buong pagmamalupit nito, at ang init ay nagpapapagod sa akin habang ako'y naglalakad. Naghanap ako ng isang lugar kung saan makakahanap ako ng lilim. Doon ko natagpuan ang isang kagubatan malapit sa Ingolstadt. Pumahinga ako sa tabi ng isang sapa, nag-iipon muli mula sa aking pagkapagod.

Subalit sa hindi madaling panahon, ang gutom at uhaw ay nagsimulang mangabagabag sa akin. Ito ang gumising sa akin mula sa aking halos nagpapahingang kalagayan, at ako'y kumain ng mga bunga na nakabitin sa mga puno o nakahandusay sa lupa. Tinugunan ko ang aking uhaw mula sa ilog at pagkatapos ay nagpatulog, bumagsak sa mga pangarap."

151   Gising ako at madilim na. Ramdam ko ang lamig at medyo takot dahil ako ay nag-iisa lamang. Bago ako lumabas ng iyong silid, nagtakip ako ng ilang damit sapagkat naramdaman ko ang lamig. Ngunit hindi sapat ang mga ito upang manatiling mainit mula sa kalamigan ng gabi. Ako ay isang kawawang, walang lakas, at malungkot na tao. Hindi ko alam o nauunawaan ang kahit ano, ngunit nararamdaman ko ang sakit sa buong katawan, kaya umupo ako at umiyak.

Pagkatapos, unti-unti nang gumiginhawa ang langit sa isang malambot na liwanag at ito'y nagpatamis sa aking pakiramdam. Tumayo ako at nakita ang isang kumikinang na anyo na lumilitaw mula sa mga puno. Tiningnan ko ito na may pagkamangha. Paunti-unting gumagalaw ito pero nagbibigay-liwanag sa aking daan, kaya lumabas ako upang hanapin ang mga beri. Ako ay umiikot pa rin sa lamig, ngunit natagpuan ko ang isang malaking palda sa ilalim ng isa sa mga puno. Tinakpan ko ang aking sarili dito at umupo sa lupa. Ang aking mga iniisip ay magulo at nalilito. Nararamdaman ko ang kawalan ng timbang, gutom, uhaw, at kahawig na dilim ang paligid ko. Naririnig ko ang maraming iba't ibang tunog at naamoy ang iba't ibang mga amoy sa paligid ko. Ang tanging malinaw na nakikita ko ay ang maliwanag na buwan at tuwang-tuwa ako sa pagtitig dito.

152   Lumipas ang ilang araw at mga gabi, at naging mas maliit na ang buwan nang unawain ko ang aking mga damdamin. Malinaw kong nakikita ang sapa na nagbibigay sa akin ng tubig at mga puno na nagbibigay lilim sa pamamagitan ng kanilang mga dahon. Masaya ako nang maunawaan kong ang kasiyahan na madalas kong naririnig ay nagmumula sa mga munting hayop na may mga pakpak na naglipana sa paligid ko.

Ang buwan ay nawala sa pagitan ng mga langit ng gabi at lumitaw muli, ngunit mas maliit na ito. Ako ay nasa kagubatan pa rin. Sa panahong ito, mas nauunawaan ko nang mabuti ang aking mga damdamin, at araw-araw ay lumalawak ang aking mga kaisipan. Nakasanayan na ng aking mga mata ang liwanag at malinaw ko nang makikita ang mga bagay nang maayos sa kanilang tamang hugis. Makakapagpahalaga na ako sa pagkakaiba ng mga insekto at halaman, at pala-unti-unti kong natutunan na mahirap ang tunog na ginagawa ng mga maya, habang ang mga uwak at haranangaw ay gumagawa ng mga tamis at nakakapukaw na mga awitin.

153   Isang araw, noong malamig na araw, natagpuan ko ang isang iniwan na apoy ng ilang pulubi. Lubos akong natuwa sa init na ibinibigay nito sa akin. Sa aking kasiyahan, hinawakan ko ang mga nag-aapoy na uling gamit ang aking kamay ngunit agad na itinanggal ito dahil nasaktan ako. Nakapagtatakang para sa akin kung paano ang iisang bagay ay maaaring magkaroon ng magkaibang epekto. Malapitan kong tiningnan ang apoy at naging masaya ako nang makita kong ito ay gawa sa kahoy. Sinubukan kong kolektahin ang ilang sanga, ngunit sila ay basa at hindi mag-aapoy. Ito ay nagpasakit ng loob sa akin, kaya't ako ay umupo at tinitignan ang apoy. Habang ang mga basang sanga ay lalong napapalapit sa init, sila ay nagiging tuyot at nag-aapoy nang sila lamang. Pinag-isipan ko ito at hinawakan ang iba't ibang sanga upang malaman kung bakit. Pagkatapos, sinimulan kong kolektahin ang maraming kahoy upang ito ay matuyong at magkaroon ako ng sapat na apoy. Nang dumating ang gabi at ako ay inantok, lubhang natakot ako na mabubuhay na ang aking apoy. Maingat na ibinalot ko ito ng tuyong kahoy at mga dahon at inilagay ang mga basang sanga sa ibabaw. Pagkatapos, kumalat ako ng aking balabal sa lupa at bumagsak sa malalim na pagkakatulog.

154   Nang gisingin ako sa umaga, ang una kong ginawa ay tignan ang apoy. Hinawi ko ito, at agad itong naging ningning dahil sa malamig na simoy. Napansin ko ito at nag-isip ng paraan upang patuloy na mabuhay ang mga nagliyab na uling kapag papalubog na ang mga

ito. Gawa ako ng paypay gamit ang mga sanga, na tumutulong upang muling buhayin ang apoy. Nang dumating ang gabi muli, tuwang-tuwa ako na ang apoy ay hindi lamang nagbibigay ng init kundi nagluluwal din ng liwanag. Isipin ko na ang natuklasang ito ay nakakatulong sa pagluluto ng aking pagkain. Nakita ko ang natirang natira ng mga biyahero, at ini-roast ito. Mas masarap ito kaysa sa mga beri na karaniwang kinakain ko mula sa mga puno. Kaya sinubukan kong lutuin ang aking pagkain sa parehong paraan sa pamamagitan ng pagkakalagay nito sa mga nag-uumapoy na uling. Natutunan ko na ito ay nagpapasama sa lasa ng mga beri, ngunit ito ay nagpapabuti sa lasa ng mga kahoy at ugat.

155   "Ang pagkain ay naging mahirap hanapin, at madalas kong gastusin ang buong araw sa paghahanap, ngunit hindi mahanap ang maraming bellota upang maibsan ang aking gutom. Nang maunawaan ko ito, desidido akong iwanan ang lugar kung saan ako nagpapalipas ng panahon at hanapin ang iba pang lugar na mas madaling makakita ng mga bagay na kailangan ko. Talagang nalu-lungkot ako na mawala ang apoy na hindi sinadyang pinatay ko at hindi alam kung paano gawin ito ulit. Matagal ko itong iniisip subalit hindi ko mahanap ang solusyon. Ginugol ko ang tatlong araw sa pag-eksplor at sa wakas natagpuan ang mga bukas na bukid. Mayroong malakas na pagbagyo ng snow ang gabi bago iyon, at ang lahat ay natatakpan ng puti. Ito'y tila malungkot at nagpaparamdam sa akin ng lamig."

156   Maaga pa ng umaga, mga alas-siyete, at talagang kailangan ko nang makahanap ng pagkain at isang matutuluyan. Sa wakas, nakakita ako ng isang maliit na kubo sa itaas ng isang burol. Marahil, ginawang tahanan ito para sa isang pastol. Bagay itong bago para sa akin, kaya labis kong naisip na magmalapit para tingnan ito ng malapitan. Swerte na ang pinto ay nakabukas, kaya pumasok ako. Mayroong isang matandang lalaki na nakaupo doon malapit sa isang apoy, nagluluto ng almusal. Nang marinig niya ako, sumigaw siya at madali nang tumakbo palayo sa mga bukid, kahit na mukhang mahina. Medyo nagulat ako sa kanyang kakaibang hitsura at

biglaang pag-alis, pero mas nagulat ako sa kubo mismo. Ito ay isang tahanan na hindi pinapasok ng niyebe at ulan, at ang sahig ay tuyong tuyo. Sa akin, ito ay pakiramdam na isang kahanga-hangang lugar, katulad ng pagkakalarawan sa demons ng kuwentong Pandæmonium na lumabas sa kanilang paghihirap sa lawa ng apoy. Nang malugmok ko ang natirang almusal ng pastol - tinapay, keso, gatas, at alak - kahit na hindi gaanong kaaya-aya ang lasa ng alak. Pagkatapos nito, napakapagod na ako kaya't humiga ako sa sabsaban at nahulog sa tulog.

157   Ginising ako sa tanghali at napahamak ako ng mainit na araw na sumasayaw sa niyebe. Naisipan kong panahon na para magpatuloy sa aking paglalakbay. Nag-ipon ako ng natirang pagkain mula sa almusal ng magsasaka sa isang bag na natagpuan ko at tumuloy sa ibayo ng mga bukid ng ilang oras. Hanggang sa paglubog ng araw, narating ko ang isang baryo, at para sa akin, ito ay isang himala! Ang simpleng mga kubo, maaliwalas na mga tahanan, at mga malalaking bahay ay isa-isa kong hinangaan. Ang mga tanawing may mga gulay sa mga hardin at gatas at keso na naka-display sa mga bintana ng ilang kubo ay nagpapatunog sa aking sikmura. May pagkabahala, pumasok ako sa isa sa mga mas magandang kubo, ngunit agad na sumigaw ang mga bata at may isang babae na nalagutan ng malay. Nabahala ang buong baryo, at ang iba ay tumakas habang ang iba ay umatake sa akin. Sinabuyan ako ng mga bato at iba't ibang mga bagay hanggang sa nakatakas ako patungo sa bukiring bukid, sugatan at pasa. Sa takot, natagpuan ko ang kanlungan sa isang maliit na kubo na lumang-luma na kahit mas masahol pa sa mga napakagandang palasyo na nakita ko sa baryo. Gayunpaman, ang kubong ito ay konektado sa isang malinis at kaaya-ayang tingnan na kubo. Matapos ang aking nakakabagabag na karanasan, hindi na ako nagsikap na pumasok sa kubo. Ang kubo kung saan ako ay gawa sa kahoy at masyadong mababa na mahirap para sa akin ang umupo ng tuwid. Ang sahig ay gawa sa lupa, pero tuyo ito. Sa kabila ng hangin na pumapasok sa maraming butas, nagbibigay ito ng maaliwalas na tahanan mula sa niyebe at ulan.

158   Kaya natagpuan ko ang isang kawawa na tirahan upang takasan ang masamang panahon at malupit na mga tao. Sa umaga, lumabas ako mula sa aking tagong lunas upang tingnan ang kalapit na kuwarto. Ito ay matatagpuan sa likod ng kuwarto, kasama ang kulungan ng baboy. May sapat na liwanag na pumapasok dito, na sapat na maganda para sa akin.

Pagkatapos ay inayos ko ang aking bagong tahanan at naglagay ng malinis na dayami sa sahig, pumunta ako para magpahinga. Nakita ko ang isang lalaki sa malayuan at naalala ko kung paano ako trinato noong nakaraang gabi, kaya ayokong masalanta. Pero bago iyon, siguraduhin kong may sapat akong pagkain para sa araw na iyon. Kinuha ko ang isang tinapay na malalasa at isang tasa upang mas madaling uminom ng tubig mula sa malapit na ilog. Ang sahig ay medyo mataas upang manatiling tuyo, at ang pagiging malapit sa tambuting ng kuwarto ay nagbibigay ng konting init.

159   Nang makakuha ako ng mga pangunahing pangangailangan ko, nagpasiya ako na manatili sa munting tahanang ito hanggang may mangyari na maaaring magbago ng aking desisyon. Kumpara sa sintang kagubatan kung saan ako dati'y naninirahan, na may mga sanga na nagtulo ng ulan at basang lupa, ang lugar na ito ay isang paraiso. Tinamasa ko ang aking almusal at naghahanda na ako na alisin ang isang tabla upang kumuha ng tubig nang marinig ko ang mga yapak. Humingi ako ng maliit na butas at nakita ko ang isang batang babae na may isang balde sa kanyang ulo habang naglalakad malapit sa aking munting tahanan. Mayroon siyang maalalahaning at mahinhin na pag-uugali, hindi kagaya ng mga taong madalas kong makasalamuha na naninirahan sa mga kottage at nagtatrabaho sa mga bukid. Nakadamit nang simple, may isang katam-katam na asul na palda at plainong jacket. Ang kanyang kulay-ahas na buhok ay nakatali ngunit hindi maayos, at tila naghintay ngunit malungkot ang kanyang anyo. Nawala siya sa aking paningin, ngunit pagkatapos ng mga limampung minuto, bumalik siya na may dala-dalang balde na kung saan mayroon na itong bahagyang laman ng gatas. Habang naglalakad, nahihirapan siya sa mabibigat na pasanin, at

lumapit sa kanya ang isang batang lalaki, na tila mas pagkabigo ang kanyang mukha. Ilan lamang ang kanilang sinabi, at saka nagpatuloy ang batang lalaki sa pagdala ng balde patungo sa kottage. Sinundan siya ng babae, at sila'y naglaho sa loob. Matapos ang ilang sandali, nakita ko ang batang lalaki ulit, dala ang mga kagamitan habang naglalakad sa bukid sa likod ng kottage. Ang babae rin ay abala, patuloy na pabalik-balik sa bahay at bakuran.

Tiningnan ko ang tahanan ko at napansin ko na isa sa mga bintana ay dating bahagi ng cottage, ngunit ito'y tinabunan ng kahoy. Sa isa sa mga kahoy na panel, mayroong maliit na puwang na nagbibigay-daan para tingnan ang loob. Sa pamamagitan ng puwang na ito, nakita ko ang isang maliit na silid na malinis ngunit halos walang muwebles. Nakaupo sa isang sulok, malapit sa maliit na apoy, ang isang matandang lalaki na tila napakalungkot, kung saan ipinahinga niya ang kanyang ulo sa kanyang mga kamay. Ang batang babae ay abala sa pag-aayos sa cottage, ngunit saka niya kinuha ang isang bagay mula sa isang lalagyang papel at umupo malapit sa matandang lalaki. Habang namumukadkad ang musika na siya'y pinipili, sinimulan niyang tumugtog ng pinakamagandang tugtugin, na mas matamis pa sa mga awit ng mga ibon. Ito'y isang nakakalula na tanawin, lalung-lalo na para sa akin na hindi pa nakakakita ng kahit ano mang ganito kagandang bagay. Ang pilak na buhok ng matandang lalaki at mabait nitong mukha ay nagpahanga sa akin, at ang banayad na kilos ng batang babae ay nagdama ng pag-ibig ko. Tinugtog niya ang isang awitin na malungkot na bumibiyak sa pusong siyang nagpahatid ng luha sa dalaga. Hindi nagbigay ng anumang salita ang matandang lalaki hangga't siya ay umiyak nang malakas. Pagkatapos ay gumawa siya ng ilang tunog, at huminto ang batang babae sa pagtatrabaho, lumuhod sa harap niya. Binihag niya ito at ngumingiti sa kanya ng buong kabaitan at pagmamahal na nagdulot sa akin ng malakas na damdamin. Ito'y isang kakaibang at makapangyarihang damdamin, na kakaiba sa lahat ng aking naranasan mula sa pangungulila, pagkalamigan, kahalumigmigan, o kahit anumang pangangailangan. Nanginginig,

umiwas ako mula sa bintana, hindi kayang tiisin ang mga malalalim na damdaming ito.

161   Di matagal pagkaraan nito, bumalik ang binatang may dala-dalang isang bunton ng kahoy sa kanyang balikat. Binati siya ng dalaga sa pinto at tumulong sa kanya na ibaba ang kahoy. Nagdala sila ng ilang kahoy sa loob ng kuwarto at idinagdag ito sa apoy. Pagkatapos, pareho nilang nilapitan ang kahiwagan ng kuwarto, kung saan ipinakita ng binata sa kanya ang isang malaking tinapay at isang pirasong keso. Patuloy sila sa iba't ibang mga gawain.

162   "Naghanap-buhay sa kanyang iniisip ang matandang lalaki, ngunit nang dumating ang kanyang mga kasama, siya ay naging mas masaya at sila ay umupo para kumain. Mabilis nilang natapos ang kanilang pagkain. Sinimulan ng binatang babae ang paglilinis ng bahay, habang ang matandang lalaki ay naglakad ng saglit sa ilalim ng araw, yumayakap sa braso ng binatang lalaki. Ang dalawang ito ay magkaibang-magkaiba, ngunit maganda nilang pinagsasama-hanan. May pilak na buhok at mapagmahal na mukha ang matandang lalaki. May payat at malambing na katawan ang binatang lalaki, at ang kanyang mga katangian ay perpektong balansado. Ngunit ang kanyang mga mata at kilos ay nagpapakita ng malalim na kalungkutan at walang pag-asa. Pumasok na ang matandang lalaki sa loob ng bahay, at ang binatang lalaki, gamit ang ibang mga kasangkapan kaysa noon, ay nagtungo sa pamayanang- bukid."

163   Agad dumating ang gabi, at nagulat ako sa nakita ko na may paraan ang mga tao sa kubo upang patuloy na magkaroon ng ilaw gamit ang mga kandila. Nasiyahan ako sa pagkatuklas na kahit sa paglubog ng araw, maaari pa rin akong manood ng aking mga kapit-bahay. Nakita kong ginagawa nila ang isang bagay na hindi ko maunawaan. Nalaman ko mamaya na ang binata ay nagbabasa ng malakas, ngunit sa oras na iyon, wala pa akong kaalaman tungkol sa mga salita o mga letra.

Matapos maglaan ng maikling panahon sa mga bagay na ito, binubuhayang pamilya ang kanilang mga ilaw at natulog, o gaya ng inakala ko.

CHAPTER XII

 Naghiga ako sa aking kahoy, pero hindi ako makatulog. Iniisip ko ang mga nangyari noong araw. Ang pinakapansin-pansin sa akin ay kung gaano kabait at magalang ang mga taong ito. Gusto kong sumama sa kanila, subalit takot na takot ako. Naalala ko kung paano ako pinagbantaan ng mga mamamayan noong nakaraang gabi, kaya napagpasyahan kong manatiling tahimik sa aking munting tahanan pansamantala. Makatanaw lamang ako sa kanila at subukang maunawaan ang kanilang mga ginagawa.

Sa susunod na umaga, gumising na ang mga naninirahan sa mga kubo bago pa tumanglaw ang araw. Isinusugod ng dalaga ang mga gawaing bahay at nagluluto ng almusal, samantalang ang binatang lalaki ay umalis pagkatapos kumain.

Nagpatuloy ang araw tulad ng nakaraang araw. Laging abala ang binatang lalaki sa labas, at iba't ibang mga mahihirap na gawain ang ginagawa ng dalagang babae sa loob. Ang matandang lalaki, na natuklasan kong bulag, ginugugol ang kanyang libreng panahon sa pagtugtog ng kanyang instrumento o pagdalumat. Binibigyan siya ng malasakit at paggalang ng mga mas bata sa kanilang tahanan.

Sila ay nag-aalaga sa kanya nang may kabaitan at siya naman ay ngumingiti sa kanila upang ipakita ang kanyang pasasalamat.

165   Hindi sila ganap na masaya. Minsan, ang binata at ang kaniyang kaibigan ay nagkakahiwalay at tila umiiyak. Hindi ko nauunawaan kung bakit sila malungkot, ngunit malalim na naapektuhan ako. Kung ang mga kamangha-manghang nilalang na ito ay malungkot, may katwiran na ako, bilang isang di-perpektong at nag-iisa, ay maramdaman ang kapighatian. Ngunit bakit ang mga mabuting nilalang na ito ay malungkot? Sila ay may magandang bahay (sa tingin ko), at lahat ng kanilang kailangan. May mainit na apoy sila kung sila ay maginaw, at masarap na pagkain kung sila ay nagugutom. Sila ay nakadamit ng magaganda, at, higit sa lahat, sila ay may isa't isa. Ipinakikita nila ang pagmamahal at kabaitan araw-araw. Kaya, ano ang dahilan sa likod ng kanilang mga luha? Tunay ba silang nakakaramdam ng hapdi? Sa una, hindi ko mahulaan ang mga sagot sa mga tanong na ito. Ngunit sa pamamagitan ng maingat na obserbasyon at panahon, nagsimulang maunawaan ko ang ilan sa mga bagay na nagpakalito sa akin sa simula.

Bilang nagdaan ng panahon, matagal bago ko natuklasan ang isa sa mga dahilan kung bakit ang magiting na pamilyang ito ay nangangamba: ito ay dahil sa kahirapan. Malaki ang kanilang pinag-daraanan dahil dito. Umaasa lamang sila sa mga gulay na kanilang itinatanim sa halamanan at sa kaunting gatas na ibinibigay ng kanilang baka, lalo na tuwing taglamig na mahirap humanap ng sapat na pagkain para sa baka. Naniniwala ako na madalas silang nagugutom, lalo na ang mga mas batang miyembro ng pamilya. Minsan, sila ay magbibigay ng pagkain sa matandang lalaki habang wala silang para sa kanilang sarili.

166   Naaantig ang puso ko sa kabutihan ng mga taga-hanapbuhay sa munting tahanan. Sa gabi, noon ay kinukuha ko ang ilan sa kanilang pagkain para sa sarili ko, ngunit nang malaman ko na iyon ay nagdudulot ng sakit sa kanila, hindi na ako nagpatuloy. Sa halip, sinasatisfy ko ang aking gutom sa pamamagitan ng mga bunga, nuwes, at mga ugat na natatagpuan ko sa kalapit na kagubatan.

Natagpuan ko rin ang isa pang paraan upang tulungan sila. Ang binata ay nag-aambag ng kahoy maghapon para sa kanilang sinabing panggatô. Sa gabi, aking kinukuha ang kanyang mga kagamitan at dumarating ng sapat na kahoy upang magtatagal ng maraming araw.

Naalaala ko ang unang beses na ginawa ko ito, ang dalaga ay nagulat nang buksan niya ang pinto sa umaga at nakakita ng malaking bunton ng kahoy. Mayroon siyang malakas na sinasabi, at sinamahan siya ng binata, na tila rin nagugulat. Tuwang-tuwa ako na hindi na siya pumunta sa kagubatan sa araw na yaon. Sa halip, ginugugol niya ang araw sa pag-ayos ng bahay at pag-aalaga sa hardin.

Unti-unti, natuklasan ko ang isang mahalagang bagay. Mayroon pala silang paraan ng pagbabahagi ng kanilang mga karanasan at damdamin gamit ang salitang sinasalita. Napuna ko na ang mga salitang kanilang ginagamit ay maaaring magdulot ng kaligayahan o kalungkutan, at maaari ring patawanin o pahabain ang kanilang mga mukha. Parang isang espesyal na kapangyarihan ito, at talagang nais kong matutunan ito. Subalit, sa kabila ng lahat ng aking pagpupunyagi, hindi ko maunawaan. Mabilis silang magsalita at ang mga salitang kanilang ginagamit ay wala namang kaugnayan sa mga bagay na aking nakikita. Hindi ko mahanap ang anumang hinto upang malutas ang hiwaga. Gayunpaman, matapos ko'ng mahabang panahon sa aking maliit na tahanan, natutunan ko rin ang mga pangalan na kanilang ginagamit para sa pamilyar na mga bagay. Natutunan ko ang mga salitang tulad ng apoy, gatas, tinapay, at kahoy. Matutunan ko rin ang kanilang mga pangalan. Ang binatang lalaki at ang kanyang kaibigan ay mayroong maraming pangalan, ngunit ang matandang lalaki ay tinatawag na ama, ang batang babae naman ay tinatawag na kapatid o Agatha, at ang binatang lalaki ay tinatawag na kapatid o anak. Hindi ko maipaliwanag kung gaano ako kaligaya nang maunawaan ko kung ano ang ibig sabihin ng mga salitang ito at maipalabas ko rin ang mga ito. Nasasagotan ko rin ang iba pang mga salita, kahit na hindi ko pa tiyak na naiintindihan kung ano ang ibig nilang sabihin. Salita tulad ng mabuti, pinakamamahal, at malungkot.

168   Ganito ang aking pinagdaanan noong taglagas. Ang mga taong naninirahan sa kubo ay mababait at magaganda, at talagang gusto ko sila. Kapag sila ay malungkot, naiisip ko rin ang lungkot. At kapag sila ay masaya, nakikibahagi rin ako sa kanilang kaligayahan. Hindi ako makakita ng maraming ibang tao bukod sa kanila, pero kapag may iba pang dumarating sa kubo, iniisip ko na sila ay bastos at hindi kapantay ng aking mga kaibigan. Napapansin ko na sinisikap ng matanda na paligayahin ang kanyang mga anak, na kanyang tinatawag, kapag sila ay malungkot. Siya'y nagsasalita ng may maligayang tinig at may mabait na mukha na nagpapaligaya rin sa akin. Si Agatha'y nakikinig sa kanyang ama nang may respeto at sa mga pagkakataong may mga luha sa kanyang mga mata na itinatago niya. Pero napansin ko na pagkatapos makinig sa kanyang ama, tila mas masaya siya. Si Felix naman, siya ang pinakamalungkot sa grupo sa lahat. Kahit wala akong masyadong karanasan, nakikita kong siya ay dumaraan sa mahirap na mga panahon. Pero kahit na siya ay tila malungkot, masaya ang kanyang tinig kapag siya ay nakikipag-usap sa matanda, lalo na.

169   Nakakita ako ng maraming halimbawa na nagpapakita ng mapagmahal na disposisyon ng mga kaibigan na ito. Kahit sila'y mahirap at kulang sa mga pangunahing pangangailangan, dadalhin ni Felix ang unang munting puting bulaklak na lumilitaw mula sa ilalim ng niyebe para sa kanyang kapatid na babae, at nagpapasaya ito sa kanya. Bago siya gumising sa umaga, titiyakin niya na walang abang dadaanan ang kapatid patungo sa silid ng gatas sa pamamagitan ng pagsiwalat ng niyebe. Kukuha rin siya ng tubig mula sa balon at magdadala ng kahoy pang-apoy mula sa outhouse. Sa loob ng araw, kung minsan siyang nagtatrabaho para sa isang malapit na magsasaka at hindi babalik hangga't hindi oras ng hapunan, ngunit wala siyang dala na kahoy. Sa ibang pagkakataon naman, siya'y nagtatrabaho sa hardin. Dahil wala masyadong magawa sa malamig na panahon, siya'y nagbabasa para sa matanda at kay Agatha.

170   Nalito ako ng husto nang una kong mabasa ito, ngunit napag-tanto ko na ang lalaki ay gumagawa ng kaparehong tunog kapag nagbabasa katulad ng tunog niya nang nagsasalita. Kaya naisip ko na nauunawaan niya ang mga palatandaan sa papel bilang mga salita. Gustung-gusto kong maunawaan rin ang mga ito, ngunit paano ko ito magagawa kung hindi ko nauunawaan ang tunog na kanilang kinakatawan? May naisip ako. Kung alam ko ang kanilang wika, marahil ipagkakalooban nila ako, at hindi nila ipagsasapatinag ang aking anyo na lagi kong nakikita sa kumpara sa kanilang kagandahan.

Tinatangi ko ang kamangha-manghang anyo ng mga taga-tuluyan – kung gaano sila ka maganda at ang kanilang malambot na balat. Ngunit nang makita ko ang aking repleksyon sa malinaw na lawa, napagtanto ko na ako ay isang tulad kong halimaw. Kaunti lang ang aking kaalaman sa mga kahihinatnan ng pagkakaroon ng ganitong panlabas na anyo.

171   Kapag nag-init ang araw at nagtagal ang mga araw, mas marami ang trabaho ni Felix, at nawawala ang mga palatandaan ng darating na kakulangan ng pagkain. Ang kanilang pagkain, nalaman ko sa huli, ay malalasang subalit mabuti para sa kanila, at nakakakuha sila ng sapat na pagkain. Nag-usbong ang mga bagong halaman sa hardin.

Ang matandang lalaki ay sumandal sa kanyang anak at sila ay naglalakad tuwing tanghali, maliban na lamang kung umuulan, na tinatawag nilang ganoon kapag nagbuhos ang tubig mula sa langit. Ito ay madalas mangyari, ngunit agaran namang natutuyo ang lupa dahil sa malakas na hangin, at nagiging mas masaya ang panahon kumpara noon.

172   Ang aking pang-araw-araw na gawain sa aking maliit na tahanan ay pareho tuwing araw. Sa umaga, titignan ko kung ano ang ginagawa ng mga tao sa mga kubo, at kapag sila ay abala sa kanilang mga gawain, matutulog ako. Sa nalalabing bahagi ng araw, magma-masid ako sa aking mga kaibigan. Sa gabi, kung mayroong buwan o kung ang mga bituin ay kumikislap, pupunta ako sa kagubatan at

mag-iipon ng aking sariling pagkain at panggatong para sa kubo. Pagbalik ko, aalisin ko ang niyebe mula sa kanilang daan at gagawin ang mga kapaki-pakinabang na gawain na nakita ko kay Felix. Makalipas ang ilang panahon, natuklasan ko na nagulat sila sa mga gawaing ito na ginagawa ng isang di nila nakikita. Minsan, nadidinig ko silang magsabi ng mga salitang tulad ng "mabuting diwa" at "kagila-gilalas" sa mga pagkakataong ito, pero hindi ko nauunawaan ang kahulugan ng mga salitang iyon sa panahon na iyon.

173   Nagsimula akong mag-isip ng mas marami at naging mas curious tungkol sa mga nararamdaman at mga dahilan sa likod ng kalungkutan ni Felix at Agatha, ang mga mababait na ito. Mali ko-naisip na maipapangiti ko sila muli. Kapag natutulog ako o wala sa paligid, napapanaginipan ko ang matalinong ama na bulag, ang mabait na Agatha, at ang mahusay na Felix. Kung magkikita lang kami, inakala ko na sila'y mauwalang-galang sa simula, hanggang sa mapasuko ko sila sa pamamagitan ng aking kabutihang-asal at magiliw na mga salita, at sa huli maipagkasundo ang kanilang pagmamahal.

Ang mga ganitong iniisip ay nagpaligaya sa akin at nagbigay ng inspirasyon upang mas pagbutihin pa ang pag-aaral ng kanilang wika. Alam ko na ito ang paraan upang makamit ang kanilang pagmamahal at respeto.

174   Ang mainit na mga pag-ulan ng tagsibol at sikat ng araw ay nagpabago sa anyo ng lupa. Ang mga taong dati ay nagtatago sa mga kuweba ay lumabas at nagsimulang magtanim ng iba't-ibang klase ng pananim. Ang mga ibon ay nagsimulang kumanta nang may higit na kasiyahan, at ang mga dahon ng mga puno ay nagsimulang lumago. Ang mundo ay napakaligaya at perpekto, bagaman kamakailan lamang ay malamig, basa at may sakit. Ang pagmamasid sa magandang kalikasan ay nagpabuhos sa akin ng kaligayahan at pinalimot sa nakaraan. Lahat ay tahimik ngayon, at nararamdaman ko ang pag-asa at ligaya tungo sa hinaharap.

CHAPTER XIII

175 Ngayon nais kong pag-usapan ang pinaka-emosyonal na bahagi ng aking kuwento. Ibabahagi ko sa inyo ang mga pangyayari na nagpangyari sa akin ng mga damdamin na nagbabago sa akin mula sa dating ako.

Nang dumating ang tagsibol, mas naging maganda ang panahon at malinaw ang mga langit. Nagulat ako na makita na ang mga lugar na dati'y walang laman at madilim ay ngayon ay puno ng magagandang bulaklak at luntian.

Sa isa sa mga araw na iyon, nang ang mga tao sa mga bahay-kubo ay nagpahinga muna sa kanilang trabaho, nagtugtog ang matandang lalaki ng kanyang gitara at nakinig ang mga bata. Ngunit napansin ko na si Felix, ang anak, ay may malungkot na mukha. Madalas siyang bumuntung-hininga, at sa isang punto ay tumigil ang kanyang ama sa pagtugtog at tila itinanong sa kanya kung bakit siya malungkot. Sumagot si Felix ng may kasiyahang tinig, at nagpatuloy ang matandang lalaki sa pagtugtog ng kanyang musika, nang may kumatok sa pinto.

176 Isang babae na nasa kabayo ang dumating, kasama ang isang magsasaka bilang gabay. Nakasuot ang babae ng madilim na

kasuotan at may makapal na itim na benda. Nagtanong si Agatha ng isang tanong na hindi sinagot ng estranghero kundi binanggit, sa isang malambing na intonasyon, ang pangalan ni Felix. Ang kanyang tinig ay musikal, pero hindi tulad ng tinig ng isa sa aking mga kaibigan. Nang marinig ang salitang ito, mabilis na lumapit si Felix. Nilantad ng babae ang kanyang magandang mukha at buhok. Napakaganda niya.

177 Napakasaya ni Felix nang makita niya ito. Lahat ng lungkot niya ay nawala, at ang kanyang mukha ay biglang nagliwanag sa napakalaking kaligayahan, na akala ko ay hindi posible. Kumislap ang kanyang mga mata, at pumula ang kanyang mga pisngi sa kasiyahan. Sa sandaling iyon, akala ko'y siya'y maganda gaya ng babae. Mukhang may iba't ibang damdamin ang babae. Pumunas siya ng ilang luha mula sa kanyang mga mata at iniabot ang kanyang kamay kay Felix, na hinagkan ito ng labis na kasiyahan. Tinawag niya ito ng isang bagay tulad ng "kanyang matamis na Araba," ngunit tila di niya ito naintindihan. Ngumiti lamang siya. Tinulungan niya itong bumaba mula sa kabayo at sinabihan ang kanyang gabay na umalis. At pagkatapos, dinala niya ito sa maliit na bahay. Nagkaroon sila ng isang usapan ng kanyang ama, at ang dalaga ay lumuhod sa harap ng matandang lalaki. Gusto niyang halikan ang kamay nito, ngunit itinayo siya nito at niyakap ng malambing.

178 Agad kong napansin na kahit na ang estranghero ay nagsasalita ng mga salitang tila totoo. Ginamit nila ang mga kilos na hindi ko maunawaan, ngunit nakita ko na ang kanyang pagdating ay nagdulot ng kaligayahan sa bahay. Lalo pang napasaya ni Felix at mainit na tinanggap ang estranghero. Si Agatha, laging may mabuting puso, hinalikan ang mga kamay ng magandang estranghero. Itinuro niya ang kapatid niya at gumawa ng mga senyas na tila ibig sabihin nito ay malungkot si Felix hanggang sa dumating siya. Lumipas ang ilang oras nang ganito, na ipinapakita nilang saya sa kanilang mga mukha, bagamat hindi ko nauunawaan kung bakit. Tapos, napansin kong ang estranghero ay dumidiin ng isang tunog pagkatapos nila ulitin ito nang paulit-ulit, sinisikap na matuto ng

kanilang wika. Iyon ang nagbigay sa akin ng ideya na gamitin din ang mga parehong aral upang matuto rin. Natutunan ng estrangherong iyon ang mga dalawampung salita sa unang aralin. Karamihan sa mga ito, alam ko na, ngunit natuto rin ako ng ilang mga bagong salita.

179   Nang dumating ang gabi, maagang natulog sina Agatha at ang Arabo. Nang magpaalam sila, hinalikan ni Felix ang kamay ng estranghero at nagsabi, "Magandang gabi, mahal kong Safie." Pangkaraniwan niyang binabanggit ito pagkatapos ng oras na iyon.

Kinabukasan, pumunta si Felix sa trabaho, at matapos tapusin ni Agatha ang kanyang karaniwang gawain, umupo ang Arabong babae sa harap ng matandang lalaki. Kinuha niya ang gitara nito at tumugtog ng mga lubhang magandang kanta na nagpagdulot sa akin ng kalungkutan at kaligayahan. Tilang nadala ang matandang lalaki at sinabi ang isang bagay na sinubukan ipaliwanag ni Agatha kay Safie. Mukhang gustong ipahayag kung gaano kalaking tuwa ang dala ng kanyang musika.

180   Ang mga araw ay patuloy na tahimik, at ang mga ekspresyon ng kalungkutan ng aking mga kaibigan ay pinalitan ng kaligayahan. Kasama si Safie, nakapagpapagaling kami ng malaki sa pag-aaral ng wika, at sa loob ng dalawang buwan, nauunawaan ko na ang karamihan ng sinasabi ng aking mga tagapagtanggol.

Sa panahong ito, nagiging itim ang lupa at napupuno ito ng mga halaman, habang ang mga berdeng bangko ay puno ng maraming magagandang bulaklak na amoy tamis at maganda sa paningin. Inaaliw ako sa mga gabi kong paglalakad, ngunit natatakot akong lumabas sa panahon ng araw, naalaala ang pang-aapi na aking naranasan sa una kong dinaanang nayon.

Ibinukas ko ang aking mga araw sa pag-aaral ng wika nang may matinding determinasyon. Natuto rin ako magbasa at magsulat, gaya ng itinuro sa dayuhan. Ito ang nagbukas sa akin ng kahanga-hangang mundo ng kaalaman at nagdulot ng malaking kaligayahan sa akin.

181   Ang aklat na ginamit ni Felix upang turuan si Safie ay tinatawag

na "Ruins of Empires" ni Volney. Hindi ko maintindihan ang aklat na ito kung hindi pinaliwanag ni Felix nang detalyado habang binabasa ito. Pinili niya ang aklat na ito dahil ang estilo nito ay katulad ng mga sumusunod na mga may-akda. Sa pamamagitan ng pagbabasa ng aklat na ito, nakuha ko ang isang pangunahing pang-unawa sa kasaysayan at natutuhan ang tungkol sa iba't ibang imperyo na umiiral sa mundo ngayon. Ito ay nagbigay sa akin ng isang tingin sa mga kultura, pamahalaan, at relihiyon ng iba't ibang bansa. Natu-tuhan ko ang tungkol sa mga taong mapagpasalamat ng Asya, ang kamangha-manghang talino at katalinuhan ng mga Griyego, at ang mga digmaan at kapansin-pansing mga kabutihan ng mga unang Romano. Natutunan ko rin ang tungkol sa unti-unting pagbagsak ng matatag na Imperyong Romano, gayundin ang mga konsepto ng kabayanihan, Kristiyanismo, at mga hari. Natuklasan ko ang kwento ng pagkakatuklas sa mga Amerika, at naramdaman ko ang kalungkutan kasama ni Safie para sa malungkot na kapalaran ng orihinal na mga naninirahan.

182   "Ang mga kahanga-hangang kuwento na ito ay nagbigay-inspi-rasyon sa akin. Ang maging isang dakilang at marangal na tao ay tila pinakadakilang karangalan, samantalang ang maging malupit at walang sinasabi ay pinakamasamang bagay na maaaring tao. Sa matagal na panahon, hindi ko maunawaan kung paano maaaring pumatay ng kapwa tao ang isang tao, o kahit na kung bakit mayroong mga batas at pamahalaan. Nang marinig ko ang mga detalye ng kasamaan at pagpatay, nawala ang aking paghanga at lumayo ako na puno ng pagkadiri at pandidiri.

    "Bawat pakikipag-usap ng mga taga-bahay ng kubo ay nagbubukas ng mga bagong kahanga-hangang bagay para sa akin. Habang nakikinig ako sa mga tagubilin na ibinibigay ni Felix sa Arabe, ipinaliwanag sa akin ang kakaibang sistemang panlipunan ng tao. Sa napakaraming bagay, ako'y lubos na natuto."

183   Ang mga salitang ito ay nagpapaisip sa akin. Natutunan ko na pinahahalagahan ng mga tao ang dalawang bagay ngayon: ang ipinanganak na may yaman at pinararangalan na pamilya. Kung

mayroon kang isa lamang sa mga ito, ikaw ay patuloy na pinapaha-lagahan. Ngunit kung wala ka man sa alinman sa mga ito, ipinagkakait ang halaga sa iyo at itinuturing kang alipin, na pinipilit magtrabaho para sa ilan lamang na mayayaman. At ako? Wala akong pera, mga kaibigan, o anumang pag-aari. Bukod pa rito, ang aking hitsura ay napakapangit at nakakadiri. Hindi pa ako katulad ng mga tao. Mas mabilis ako at kakayanin kong mabuhay ng mas kaunti. Kayang-kaya ko ang mga temperaturang ekstremo. At mas matangkad ako kaysa sa kanila. Nang maglingon ako, wala akong nakikita na katulad ko. Ibig bang sabihin, ako ay isang halimaw? Umiiwas at nagtangkang itakwil ba ako ng lahat?

Hindi ko maipaliwanag kung gaano kahapdi ang mga iniisip na ito. Sinubukan kong kalimutan ang mga ito, ngunit mas lalo akong nalulungkot habang mas nagkakaroon ako ng kaalaman. Oh, sana'y nanatili na lamang ako sa aking gubat magpakailanman, walang kamalayan at hindi inaabot ng anumang sa labas ng gutom, uhaw, at init ng katawan.

184 "Ang kaalaman ay isang kakaibang bagay! Kapag ito ay pumasok sa iyong pag-iisip, ito ay mananatili tulad ng isang maliit na hala-mang nakatanim sa ibabaw ng bato. Minsan, nais kong makalimutan ang lahat ng mga saloobin at damdamin. Ngunit natuklasan ko na ang tanging paraan upang matigil ang sakit ay ang kamatayan, na kahit na natatakot ako dito, kahit na hindi ko talaga maunawaan ito. Nakahanga ako sa magandang pag-uugali at mabubuting damdamin. Iniibig ko kung gaano ka polite at mabait ang mga taong nakatira sa mga kubo. Ngunit hindi ako makapag-ugnay nang tuwiran sa kanila. Tanging sa lihim lamang ako nagma-masid at natututo sa kanila nang hindi nila nalalaman. Ito lamang ang nagpapasigla sa pagnanais kong maging bahagi ng kanilang mundo. Ang mabubuting salita ni Agatha at ang masayang mga ngiti ng Arabian ay hindi para sa akin. Ang marunong na payo ng matan-dang lalaki at ang mga masayang pag-uusap ni Felix, na aking minamahal, ay hindi para sa akin. Ako ay pinakanakauhaw at pinakamalungkot na tao!

113

Natutuhan ko rin ang iba pang mahahalagang aral. Narinig ko ang mga pagkakaiba ng lalaki at babae. Natutuhan ko kung paano ipinapanganak at lumalaki ang mga sanggol. Nakita ko ang pagmamahal ng mga ama sa mga ngiti ng kanilang mga anak at ang kasiyahan sa pakikipaglaro sa kanilang mga nakatatanda nang mga anak. Nakita ko ang dedikasyon ng mga ina sa pag-aalaga sa kanilang mga anak. Natutuhan ko kung paano lumalago at nagkakaroon ng kaalaman ang pag-iisip ng mga kabataan. Matuto rin ako tungkol sa magkakapatid at sa iba't ibang paraan kung paano nagkakabit ang mga tao bilang pamilya."

185 Ngunit saan naroroon ang aking mga kaibigan at pamilya? Walang ama na nagbabantay sa akin noong ako'y sanggol pa lamang at walang ina na nagpakita sa akin ng pagmamahal sa pamamagitan ng mga ngiti at yakap. O baka nga nagawa nila, subalit ito'y isang malabo, blangkong espasyo sa aking alaala na hindi ko maalala ang anuman. Hanggang sa aking maalala, pare-pareho ang aking taas at hugis. Hindi ko pa nakitang may isa man na kamukha ko o nagsasabi na ako'y kilala niya. Sino nga ba ako? Ang tanong ay laging bumabalik, at tanging sagot ay humihikbi ng pagkabagot.

Sa lalong madaling panahon, ipapaliwanag ko kung saan ako patungo sa mga damdaming ito, ngunit hayaan mo munang ibalik ko ang usapan tungkol sa mga tao sa mga cottages. Ang kwento nila ay nagpaparamdam sa akin ng napakaraming iba't ibang damdamin - galit, kaligayahan, at pagkamangha. Ngunit sa huli, ang lahat ay nag-iba patungo sa mas maraming pag-ibig at paghanga para sa aking mga tagapagtanggol (iyon ang gusto kong tawag sa kanila, bagamat ito'y isang niyebe na paraan ng pagsasarili).

CHAPTER XIV

 Nagtagal ng ilang panahon bago ko nalaman ang kuwento ng aking mga kaibigan. Isang kuwentong lubos na nagpahanga sa akin.

Ang matandang lalaki na ang pangalan ay De Lacey ay nagmula sa isang marangal na pamilya sa Pransiya. Matagal siyang nanirahan roon, nagtamo ng kasaganaan at nagpamalas ng respeto sa mga taong nasa paligid niya. Ang kanyang anak ay naglingkod sa kanilang bansa, habang si Agatha ay nakiharap sa mga nobyang may mataas na katayuan. Ilan lamang na buwan bago ako dumating, naninirahan sila sa isang maluwalhating lungsod na tinatawag na Paris. Sila ay napaliligiran ng mga kaibigan at mayroon silang lahat ng kanilang inaasam - pagsasama ng kabutihan, kaalaman, pagiging maimpluwensya, at isang komportableng kayamanan.

Ang pagbagsak ng pamilya De Lacey ay naganap sa pamamagitan ng ama ni Safie. Siya ay isang mangangalakal mula sa Turkiya na matagal nang naninirahan sa Paris. Dahil sa mga hindi kilalang dahilan sa akin, siya ay naging target ng pamahalaan. Sa mismong araw ng pagdating ni Safie mula sa Constantinople upang sumama sa kanya, siya ay inaresto at ibinulagta sa bilangguan. Siya ay pagkatapos ay dinakip at nilagdaan sa kamatayan. Ang kawalangkatarungan ng kanyang parusa ay malinaw na halata, at nagalit ang mga tao ng Paris. Inakala na ang kanyang relihiyon at yaman, sa halip na ang sinasabing krimen, ang naging sanhi ng kanyang trahedya.

187   Felix ay naganap na naroon sa paglilitis nang minsang pagkatulong lamang. Siya'y natakot at nagalit nang marinig ang desisyon ng hukuman. Sa sandaling iyon, naglagda siya ng paninindigang pangako na iligtas ang bilanggo at nagsimulang hanapin ang paraan upang gawin ito. Matapos ang ilang di-matatagumpay na pagtatangka na pumasok sa bilangguan, natuklasan niya sa wakas ang isang bintanang mariing nakabarikada sa isang hindi binabantayan na bahagi ng gusali. Ang bintanang ito ang nagdudulot ng liwanag sa kulungan kung saan nasa mga tanikala ang malaswang bilanggo na Muslim na nagngangalang Mahometan. Nasa pag-aabang nang may panghihina ang kalooban si Mahometan para sa malupit na kahatulan na ipatutupad. Sa gabi, binisita ni Felix ang bintanang iyon at ibinahagi ang kanyang plano para tulungan ang bilanggo. Nagulat at nagpapasalamat si Mahometan, sinikap na palakasin ang loob ni Felix sa pamamagitan ng pag-aalok ng gantimpala at kayamanan. Ngunit tinanggihan ni Felix ang mga alok na ito nang may pamimilagro. Gayunpaman, nang makita niya ang magandang si Safie, na pinahihintulutang bisitahin ang kanyang ama, at nakita niya itong magpakita ng malalim na pagpapapasalamat sa pamamagitan ng mga kilos nito, hindi maiwasan ni Felix na mapalingon ang bilangguan ay may hawak na kayamanang magpapahalaga ng kanyang lahat na pagsisikap at panganib.

Mabilis na napansin ng Turk, si Mahometan, ang epekto ng kanyang anak sa puso ni Felix. Sinikap niyang makuha ang lubos na katapatan ni Felix sa pamamagitan ng pangako nitong ibibigay kay Felix ang kamay ni Safie sa kasalukuyan na kanilang pareho nang ligtas na mapuntahan. Gayunpaman, masyadong maharang si Felix upang tanggapin ang alok na ito nang direkta. Gayunpaman, hindi maiwasan niya ang mamingwit sa posibilidad ng pangyayaring ito, sapagkat magdudulot ito sa kanya ng malaking tuwa at kasiyahan.

188   Sa susunod na mga araw, habang sila'y naghahanda para sa pagtakas ng mangangalakal, lalo pang naging determinado si Felix matapos mabasa ang ilang mga sulat mula sa dalaga. Bagamat hindi siya marunong magsalita ng kanyang wika, natagpuan niya ang paraan upang makipag-ugnayan. Sa mga sulat na yaon, nagpapasalamat siya kay Felix sa tulong na ibinigay nito sa kanyang ama at ipinahayag ang kalungkutan sa kanyang sariling kalagayan.

Nakopya ko ang mga sulat na ito dahil nahanap ko ang mga kasangkapan ng pagsusulat noong ako'y naninirahan sa deretso. Madalas ito binabasa ni Felix at Agatha. Bago ako umalis, ibibigay ko sa iyo ang mga sulat bilang katibayan ng kwento ko. Ngunit sa ngayon, dahil ang araw ay nagluluksa, mayroon lamang akong panahon upang sabihin sa iyo ang mga pangunahing punto.

189   Sa loob ng mga susunod na ilang araw, habang nag-aayos sila para sa pagtakas ng negosyante, mas lalo pang naging determinado si Felix matapos siyang makatanggap ng mga sulat mula sa dalaga. Bagaman hindi nila magkasalitaan sa parehong wika, nahanap niya ang paraan upang magkaunawaan sila. Sa mga sulat na iyon, nagpapasalamat ang dalaga kay Felix sa pagtulong sa kanyang ama at ipinahayag ang kalungkutan sa kanyang sariling kalagayan.

May kopya ako ng mga sulat na ito dahil nakahanap ako ng mga kasangkapan sa pagsusulat nang ako ay nasa iskwater. Minsan ay binabasa nina Felix at Agatha ang mga ito. Bago ako umalis, ibibigay ko sa inyo ang mga sulat bilang patunay sa aking kuwento. Ngunit sa ngayon, dahil ang araw ay papalubog na, may oras lamang ako para sabihin sa inyo ang mga pangunahing punto.

190   Si Felix ang nagpatnubay sa grupo na tumakas sa buong Pransiya, kung saan naisip ng negosyante na hanapin ang tamang pagkakataon upang pumasok sa mga teritoryo ng mga Turk.

Nagpasya si Safie na manatili kasama ang kanyang ama hanggang sa umalis ito. Kasama niya si Felix, angsaya na naghihintay para sa sandaling iyon. Samantala, natutuwa siya sa kompanya ni Safie. Pinasasaya ni Safie si Felix sa pamamagitan ng pag-awit ng magagandang awitin mula sa kanyang sariling bayan.

Pinalaunagan ng Turk ang paglalapit ni Safie at Felix at pinapalakas pa ang kanilang bunga ng pag-ibig, itinatago ang tunay na layunin niya sa puso. Tinatagong kinamumuhian niya ang ideya na makapangasawa ng isang Kristiyano ang kanyang anak, ngunit takot siyang magalit si Felix sakaling ipahayag niya ang kanyang pagkadismaya. Alam ng Turk na umaasa siya pa rin kay Felix upang itago ang kanilang sekreto, sapagkat maaari niyang ipahayag sila sa mga awtoridad sa Italya kung nais niya. Isinasaalang-alang ng Turk ang iba't ibang plano upang masustain ang pagpapanggap hanggang sa maging hindi na kinakailangan ito. Pagkatapos ay palihim niyang dadalhin ang kanyang anak kapag umalis na siya. Nagbigay ng tulong ang balita na dumating mula sa Paris sa kanyang mga paninira.

Napakagalit ng pamahalaan ng Pransiya nang makatakas ang kanilang bilanggo, at pinagsikapan nilang hanapin at parusahan ang taong tumulong sa kanya. Agad na nalaman ang plano ni Felix, at isinama sa bilangguan sina De Lacey at Agatha. Nang marinig ni Felix ang balita, ito'y nagpabangon sa kanya mula sa kanyang masayang iniisip. Nasa maruming selda ang kanyang matanda at bulag na ama, at mabait na kapatid habang siya'y nagtatamasa ng kalayaan sa labas at kasama ang kanyang minamahal. Lubhang pinagtitiisan niya ang ideyang ito. Agad siyang nagkasundo sa mga Turkong kung magkakaroon sila ng magandang pagkakataon para makatakas bago pa makabalik si Felix sa Italya, mananatili si Safie sa isang kumbento sa Leghorn. Sa gayon, iniwan niya ang kanyang minamahal na Arabian kasama nilang umalis, siya'y nagmadaling pumunta sa Paris at isinuko ang sarili sa batas, umaasa na mailigtas ang mga De Lacey at Agatha.

Ngunit nabigo siya. Nai-kandado sila sa loob ng limang buwan hanggang sa maganap ang paglilitis, at sila'y nawalan ng yaman at pilit na ipinatapon mula sa kanilang lupang tinubuan.

Nahanap ko sila sa isang marangyang higaan sa Alemanya, kung saan sila'y nakatira ngayon nang hirap. Mabilis na natuklasan ni Felix na ang traydor na Turkong siyang nagdulot ng labis na pagdurusa sa kanya at sa kanyang pamilya ay naging taksil sa kaganda-hang-loob at dangal. Lumisan ang Turkong ito mula sa Italya kasama ang kanyang anak na babae at ipinadala kay Felix ng kaunting halaga ng salapi, animo'y pagmamaliit sa kanya, na sinasabing ito'y makatutulong sa kanya na hanapin ang paraan upang suportahan ang sarili sa hinaharap.

192 Ganyan kabigat ang mga bagay na nagpapabigat sa puso ni Felix at nagiging siya ang pinakamalungkot na tao sa kanyang pamilya noong unang makilala ko siya. Kaya nitong harapin ang kahirapan, at kung kailangan niyang magdusa dahil sa kanyang kabutihan, ipinagmamalaki niya ito. Ngunit mas masahol pa ang hindi pa-salamat ng Turk at ang pagkawala niyang minamahal na si Safie, at hindi na maaring maibawi. Nang dumating ang Arabian, naram-daman ni Felix ang panibagong sigla sa kanyang buhay.

Nang abutin ang balita sa Leghorn na nawalan na si Felix ng kanyang kayamanan at posisyon sa lipunan, sinabihan ng mangan-galakal ang kanyang anak na kalimutan ang mahal niya at magsimu-lang maghanda para bumalik sa kanilang bansa. Hindi ito pabor kay Safie at sinubukan niyang kausapin ang kanyang ama tungkol dito, subalit umalis na ito at galit na galit.

Ilampung araw mula noon, pumasok ang Turk sa silid ng kanyang anak at mabilisan niyang sinabing may dahilan siyang sa pag-aakala na alam ng mga tao sa Leghorn kung saan sila naroroon. Inisip niya na malapit na siyang mahuli ng gobyerno ng Pransya. Kaya, nag-upa siya ng isang barko para siyang dalhin sa Constan-tinople, at ilang oras na lamang ay siya'y maglalayag na. Plinano niyang iiwan ang kanyang anak kasama ang isang pinagkakati-walaang alipin at susunod ito matapos na may higit pa niyang pera, na hindi pa dumadating sa Leghorn.

193 Nang mag-isa si Safie, iniisip niya ang dapat niyang gawin sa ganitong mahirap na sitwasyon. Talagang ayaw niya ngang mamuhay sa Turkey dahil labag ito sa kanyang relihiyon at damdamin. Natagpuan niya ang ilang mga papel na pag-aari ng kanyang ama, at nabanggit doon na ang kanyang kasintahan ay

ipinatapon at nagpakasalay sa kanya kung saan siya nakatira ngayon. Matagal na niyang pinag-isipan ito, ngunit sa wakas, nagdesisyon na siya. Kumuha siya ng ilang alahas at pera, at kasama ang isang aliping Tagalog na marunong mag-Turko, umalis siya sa Italy at pumunta sa Alemanya.

Ligtas siyang nakarating sa isang bayan na hindi kalayuan sa tahanan nina De Lacey, ngunit nagkasakit ang kanyang alipin. Binabantayan niya ito ng buong puso, ngunit sa kasamaang-palad, namatay ang alipin. Ngayon, si Safie na lang ang nag-iisa at hindi alam ang wika at ang mga pamamaraan sa bansang iyon. Ngunit swerte niya, napunta siya sa mga mabubuting tao. Nabanggit ng Italiano ang pangalan ng lugar na pinupuntahan nila, at pagkatapos mamatay ang alipin, pinanigurado ng babae na may-ari ng bahay kung saan sila nanatili na ligtas si Safie sa cottage ng kanyang kasintahan.

CHAPTER XV

 Ganito ang kasaysayan ng aking minamahal na mga taga-cottage. Lubos itong nag-iwan ng malalim na impresyon sa akin. Iniisip ko sila bilang mababait na mga tao.

Gayunpaman, ako rin ay nasa yugto ng aking pag-aaral. Isang importanteng pangyayari ang naganap noong simula ng buwan ng Agosto ng parehong taon.

Isang gabi, habang ako'y naglilibot sa kalapit na gubat, kung saan ako'y kumukuha ng aking sariling pagkain at nagdadala ng kahoy pang-apoy para sa aking mga tagapangalaga, natagpuan ko sa lupa ang isang bunton ng mga kwento. Napakakakaiba nitong matagpuan, ngunit talagang nag-excite ako na bumalik sa aking tahanan at basahin ang mga ito. Nabili ko ang 'Paradise Lost,' isang selye ng 'Plutarch's Lives,' at ang 'Sorrows of Werter.' Ako'y tuwang-tuwa -- isang pagsasanay para sa aking isipan!

 Hindi ko masabi nang lubusan kung ano ang nagawa ng mga aklat na ito sa akin. Ito ay nagdulot sa akin ng maraming bagong emosyon at imahinasyon. Minsan, ito'y nagpasaya sa akin nang sobra. Ngunit sa karamihan ng panahon, ito'y nagdulot sa akin ng malalim na kalungkutan. Sa 'The Sorrows of Werter,' bukod sa nakakaaliw at malungkot na kwento, ito'y nagsalita rin ng maraming iba't ibang ideya na noon ay naguguluhan ako. Ito'y nagpanghikayat sa akin na palagi akong mag-isip at maghangad ng mga bagay. Ipinakita ng aklat ang mga taong mabubuti at mapagmahal na may mga malalaking pangarap. Ito'y nagpapaalala sa akin sa mga taong nag-alaga sa akin at sa mga mga bagay na ninanais ko sa buhay. Ngunit sa tingin ko, si Werter ay mas kahanga-hanga pa kaysa sinumang tunay na tao na aking nakita. Hindi siya nagpanggap na iba, at ito ang malaking impluwensya sa akin. Ang mga bahagi tungkol sa kamatayan at pagpapakamatay ay talagang nakagulat. Hindi ko ito lubusan na nauunawaan, ngunit naram-daman kong sobrang lungkot para sa bayani, kahit na hindi ko alam kung bakit.

196   Habang ako'y nagbabasa, hindi ko maiwasang ikonekta ang mga salita sa aking mga damdamin at sitwasyon. Nakita ko ang pagkakatulad sa pagitan ko at ng mga karakter sa aklat, ngunit napansin ko rin ang ilang pagkakaiba. Naintindihan ko at naram-daman sila, ngunit ako'y patuloy pang lumalaki at inaayos ang mga bagay-bagay. Hindi ako umaasa sa sinuman, at walang umaasa sa akin. May kalayaan akong pumunta kahit saan ko gusto, at walang isang taong malulungkot kung mawawala ako. Iniisip ng mga tao na ako'y pangit at malaki. Ano nga ba ito? Sino ako? Ano ako? Saan ako nanggaling? Saan ako papunta? Ang mga tanong na ito'y patuloy na umuukit, ngunit hindi ko mahanap ang mga sagot.

197   May-ari ako ng isang aklat na tinatawag na "Mga Buhay ni Plutarch" na naglalahad ng mga kuwento ng mga unang lider ng sinaunang mga republika. Ang pagbabasa ng aklat na ito ay lubos na kaiba sa pagbabasa ng "Mga Kalungkutan ni Werter." Samantalang si Werter ay nagpapadama sa akin ng kalungkutan at kabagabagan, nagbibigay-inspirasyon naman sa akin ang aklat ni Plutarch ng mga magagandang saloobin. Iniangat nito ako mula sa aking sariling malungkot na mga iniisip. Binasa ko ang mga kuwento tungkol sa mga taong sangkot sa pamamahala at digmaan. Ito ay nagpadama sa akin ng pagnanais na gumawa ng mabuti at kamuhian ang paggawa

ng masama. Sinimulan kong hangaan ang mga mapayapang taga-pagbatas tulad nina Numa, Solon, at Lycurgus, higit pa sa mga mapangahas na pinuno tulad ni Romulus at Theseus. Sa pamama-raan ng pamumuhay ng aking mga tagapamahala, naging napaka-halaga sa akin ang mga ideyang ito. Kung ang una kong nakilala sa mga tao ay isang batang sundalo na nagnanais ng kadakilaan at pagdudulot ng pinsala sa iba, marahil iba ang aking naramdaman.

Ngunit nilikha akong magdulot ng kakaibang at lubhang malalim na damdamin ang "Paradise Lost." Binasa ko ito na parang isang tunay na kuwento, tulad ng iba pang mga aklat na aking binasa noon. Ito'y nagpalutang sa lahat ng kahanga-hanga at naka-mamangha na mga pagsasaloob. Hindi ko maiwasang mahanga sa larawan ng isang makapangyarihang Diyos na lumalaban sa kanyang sariling mga nilalang. Sa mga pagkakataong iyon, natuk-lasan ko ang mga kaparehas ng mga sitwasyon sa aklat at sa aking sariling buhay.

Katulad ni Adam, tila wala akong anumang koneksyon sa ibang tao sa mundo. Ngunit doon nagtatapos ang mga pagkakahawig. Nilikha si Adam nang perpekto ng Diyos, siya'y masaya at mayroon ang lahat ng kailangan niya. Makakapag-usap pa nga siya at matu-tunan mula sa mga dakilang nilalang. Ngunit ako'y malungkot, walang magagawa, at nag-iisa. Madalas, nakikita ko ang sarili ko na mas katulad ni Satanas, nadarama ang mapait na inggit kapag tumitingin ako sa kasiyahan ng aking mga tagapagtanggol.

May nangyari pang isa na nagpabigay ng mas malalim na damdamin sa akin. Maaga pagkatapos ko makarating sa maliit na cubículo, nakakita ako ng ilang mga papel sa bulsa ng damit na kinuha ko sa iyong lab. Sa una, hindi ko masyadong binibigyan ng pansin ang mga ito. Ngunit nang matuto akong basahin ang mga nakasulat sa mga ito, sinimulan kong pag-aralan silang mabuti. Ang mga pahinang iyon ay ang iyong talaan mula sa apat na buwan bago ako nilikha. Isinulat mo ang bawat hakbang na ginawa mo habang nagtatrabaho sa iyong proyekto. Isinulat mo rin ang mga pangyayari sa iyong tahanan. Malamang, naaalaala mo ang mga papeles na ito.

Narito sila. Ito ay nagsasalaysay ng lahat tungkol sa aking malungkot na simula. Nilalarawan nila nang detalyado ang lahat ng nakakatakot na nangyari upang magbunga ang aking pagkakalikha. Naglalahad pa ito ng napakadetalyadong paglalarawan ng aking nakakasindak na anyo. Sa pagbabasa nito, nadarama ko ang sama ng aking pakiramdam. "Anong karumal-dumal na araw iyon nang ako'y mabuhay!" sigaw ko nang sakit. "Ikaw na naglikha sa akin, bakit mo nilikha ang isang pangit at kadiri-kadiring halimaw na hanggang sa iyong ikinaturno? Nilikha ng Diyos ang mga tao na maganda tulad Niya, ngunit ang anyo ko ay isang kasuklam-suklam na salamin ng iyo, higit na mas malala. Si Satanas may kasamahan niyang mga demonyo upang makasama at makatulong sa kanya. Ngunit ako'y lubusang nag-iisa at napopootan."

200 Ito ang mga naiisip ko sa aking malungkot at malungkot na panahon. Ngunit nang maisip ko ang magagandang katangian ng mga tao sa maliit na bahay, kung gaano sila kabait at pagmamalasakit, naisip ko na maaawa sila sa akin at walang pakialam sa aking pisikal na anyo. Maaari ba nilang tanggihan ang isang tao, gaano man kataka-taka, na humingi ng kanilang kabaitan at pagkakaibigan? Napagpasyahan kong hindi ako mawawalan ng pag-asa at gagawin ang lahat ng aking makakaya upang makapaghanda para sa isang pagpupulong sa kanila na magtatakda ng aking hinaharap. Nagpasya akong maghintay pa ng ilang buwan. Nais kong maging mas handa.

201 "Sa paglipas ng panahon, maraming mga pagbabago ang naganap sa kubo. Ang pagkakaroon ni Safie ay nagkalat ng kaligayahan sa mga naninirahan dito. Si Felix at Agatha ay nasisiyahan at masaya. Ang kanilang mga damdamin ay payapa at mapayapa, samantalang ang akin ay araw-araw na lumalakas ang kaguluhan. Ang pagdagdag ng kaalaman ay nagpakita lamang sa akin nang mas malinaw kung gaano ako kaapi-api at kalansay. Bitbit ko ang pag-asa, totoo iyon, ngunit ito ay nawala nang aking makita ang aking sariling katauhan sa nakapaligid na tubig.

"Sinusubukan kong tuparin ang mga pangamba na ito. Gayunpaman, nag-iisa ako. Wala akong tagapaglikha. Saan nag-iiwan ang sa akin? Iniwan niya ako at sa panghihinang nadarama ko sa puso ko, sumpain ko siya."

202 Lumipas ang taglagas nang ganito. Ako ay nagulat at nalungkot sa pagkakita ng mga dahon na nalanta at bumagsak, at ang daigdig ay nagiging tuyot at malungkot tulad noong una kong nakita ang kagubatan at ang magandang buwan. Ngunit hindi ako masyadong naabala ng lamig tulad ng init dahil sa paraan kung paano ako nabuo. Ang mga paborito kong bagay ay ang mga bulaklak, ang mga ibon, at lahat ng mga maliwanag at masayang bagay tungkol sa tag-araw. Nang mawala ang mga bagay na iyon, mas nagtuon ako ng pansin sa mga tao sa mga bahay-kubo. Ang pagkawala ng tag-araw ay hindi sila nagpabawas ng kasiyahan. Sila'y nagmamahalan at nag-aalalay sa isa't isa, at hindi naapektuhan ang kanilang kaligayahan sa mga masasamang pangyayari sa paligid nila. Mas nakikita ko sila, mas hinangad ko silang protektahan ako at maging mabait sa akin. Talagang nais ko silang makilala at magustuhan nila ako. Hindi ko mapigilang isipin na sila'y maaaring tumanggi at magalit sa akin. Ang mga mahihirap na lumapit sa kanilang pintuan ay hindi tinutulak palayo. Humingi nga ako ng higit pa sa pagkain at isang lugar na mapagpapahingahan. Nais ko ang kahabagan at pang-unawa, ngunit sa puso ko, hindi ko naisip na ganap na hindi ako karapat-dapat dito.

203 Dumating ang tag-lamig at nagbago ang mga panahon mula nang ako'y mabuhay. Ang aking atensyon ngayon ay nakatuon sa aking plano na ipakilala ang aking sarili sa mga taong nag-aalaga sa akin. Nag-isip ako ng iba't ibang mga ideya, ngunit nagpasya akong papasok sa kanilang bahay kapag mag-isa ang matandang lalaki. Natanto ko na ang mga tao ay pinakatakot sa akin dahil sa aking itsura, hindi dahil sa aking tinig. Kaya naniwala ako na kung magagawa ko ang kumuha ng tiwala ng lumang si De Lacey at makuha siyang tumulong sa akin, marahil ay tatanggapin na rin nila ako.

Isang araw, nang ang araw ay sumisilaw at ang lupa ay nababalutan ng mga pulang dahon, naglakad ng malayo sina Safie, Agatha, at Felix sa kanayunan. Ang matandang lalaki, sa sariling kagustuhan, nagpasya na manatili sa bahay-kubo mag-isa. Pagkatapos umalis ng kanyang mga anak, kinuha niya ang kanyang gitara at tumugtog ng ilang malungkot ngunit magagandang mga awitin. Ito'y mas maganda at malungkot pa kaysa sa lahat ng naririnig ko siyang tumugtog noon. Sa una, tila masaya siya, ngunit habang tumutug-tog, naging malalim at malungkot ang kanyang pag-iisip. Sa wakas, tumigil siya sa pagtugtog at nakaupo roon nalunod sa kanyang mga iniisip.

204   Natakot ang puso ko. Ito ang oras at sandaling pasubok na magpapasiya ng aking mga pag-asa o magpapatunay ng aking mga pangamba. Ang mga lingkod ay nagpunta sa malapit na pamilihan. Tahimik ang paligid at loob ng kubo. Ito ay isang magandang pagkakataon. Ngunit noong ako ay magsimulang kumilos, bigla akong kinabahan. Huminga ako ng malalim na sariwang hangin.

"Kumalampag ako. 'Sino po ang nandoon?' sabi ng matandang lalaki, 'Pasok po.'

"Pasok ako, 'Paumanhin po,' sabi ko, 'Ako po ay naglalakbay at kailangan ng kaunting pahinga. Pwede po ba akong umupo sa tabi ng inyong apoy?'

"'Pasok,' sabi ni De Lacey, 'at susubukan kong makatulong sa inyo. Ang aking mga anak ay lumabas at ako ay bulag, kaya't hindi ako maaaring magandaing tagapaghanda ngayon.'

"'Huwag na po kayong mag-abala. Mayroon akong pagkain. Kailangan ko lamang ng puwang para maupo.'

"Namamangha kami sa katahimikan at sa wakas, in-address ako ng matandang lalaki--

"'Sa iyong pagsasalita, di kalaunan, taga-kalapitang lugar ka? Taga-Pranses ka ba?'"

205   "Hindi, ngunit natuto ako mula sa isang pamilyang Pranses. Magtatanong din ako sa ibang mga taong kaunti kong kilala para tulungan ako."

"Silang mga Aleman ba sila?"

"Hindi, mga Pranses sila. Pero mag-usap na lang tayo tungkol sa ibang bagay. Ako ay isang nag-iisa. Tumingin ako sa paligid at wala akong pamilya o kaibigan sa mundo. Ang mga mabubuting taong ito na pupuntahan ko ay hindi pa ako nakikita dati at alam ng kaunti tungkol sa akin. Ako ay punong-puno ng takot dahil kung itataboy nila ako, ako ay magiging isang mapag-iisa magpakailanman."

"Huwag mawalan ng pag-asa. Magtiwala sa iyong mga pag-asa. At kung ang mga taong ito ay mabuti at mabait, huwag kang sumuko."

"Silang mga mabubuti sila. Sila ang pinakamabubuting mga tao sa mundo. Ako lang ay kaunti na nag-aalalang sa halip na makita nila ang isang maalalahanin at kaibiganin tao, sila ay maaaring makita lamang ang isang napakakasindak na halimaw."

"Yan ay tunay na kasamaan. Ngunit kung talagang hindi ka naman gumawa ng kasamaan, hindi ba maaari mong patunayan na sila ay mali?"

"Nakakatakot ako. Malalim ang pag-aalala ko para sa mga taong ito at ginawa ko ang kabutihang loob para sa kanila, pero maaaring isipin nila na gusto kong makasakit sa kanila. Gusto kong baguhin ang kanilang pananaw sa akin."

"Saan nakatira ang mga kaibigan mo?" tanong ng tao.

"Nakatira sila malapit dito," sagot ng matandang lalaki.

Tumigil sandali ang matandang lalaki at saka sinabing, "Kung isasalaysay mo sa akin ang iyong kuwento nang walang pagkukubli, maaaring makatulong ako sa iyo. Bulag ako. Maaaring dukha at malayo sa tahanan, ngunit lubos na ikasisiya ko ang makatulong sa iba."

"Kayo'y tunay na mabuting tao! Nagpapasalamat ako sa inyong tulong. Nararamdaman ko na mas umaasa ako. Nag-aalala ako na iniisip nila na nagawa ko ang masasamang bagay, pero pinapangako ko na hindi ako nagkasala."

"Mahalaga ang katapatan. Ako rin ay nagdaan sa trahedya. Kami ng aking pamilya ay napagbintangang hindi patas, kaya nauu-nawaan ko ang pakiramdam ng pagdanas ng hirap."

"Paano ko kayo mapapasalamatan, aking pinakamahusay at

tanging tagapagtanggol? Ikaw ang unang taong nagpakita sa akin ng kabaitan. Handa na akong makita ang aking mga kaibigan ngayon."

"Maaari mo ba sabihin sa akin ang mga pangalan at kung saan naninirahan ang mga kaibigan na ito?"

Nag-atubiling ako. Alam kong ito ang mahalagang sandali na maaaring magdulot sa akin ng kaligayahan o mawala ito. Pinilit kong mahanap ang lakas upang sagutin siya, ngunit ang aking mga pagsisikap ay nauubos na ako. Bumagsak ako sa upuan at nagsimula akong umiyak. Sa sandaling iyon, narinig ko ang mga hakbang ng aking mga batang tagapagtanggol. Ang panahon ay nagmamadali. Kinuha ko ang kamay ng matandang lalaki at lumalapit, "Ngayon na ang tamang panahon! Mangyaring iligtas at protektahan ako! Kayo at ang inyong pamilya ang mga kaibigan na hinahanap ko. Mang-yaring huwag ninyo akong talikuran kapag ako ay pinakamangan-gailangan ng tulong."

"Oh Diyos ko!" ang sigaw ng matandang lalaki. "Sino ka nga?"

Sa sandaling iyon, binuksan ang pintuan ng tahanan at pumasok sina Felix, Safie, at Agatha. Sino nga ba ang makapagsasalarawan ng kanilang takot nang makita nila ako? Si Agatha ay nawalan ng malay. Hindi makapagbigay ng tulong si Safie, kaya't nagmadali siyang lumabas ng tahanan. Dumarating si Felix at bigla akong sinuntok ng malakas gamit ang isang sanga. Maaari kong siyang hiwain nang buo ang katawan, pero ang puso ko ay lubhang nahihirapan. Napalayas ako patungo sa aking bahay-tambakan sa likod ng tahanan.

CHAPTER XVI

 "SUMUMPA AKO, sumumpa sa iyo, lumikha! Bakit ako kinailangang mabuhay? Bakit, sa mga sandaling iyon, hindi ko na lang pinatay ang buhay na iyong walang pag-iingat na ibinigay sa akin? Hindi ko alam; hindi pa nangingibabaw ang disperasyon. Ako ay nababalisa ng poot at nagnanais ng paghihiganti. Ako'y natutuwa sa pagsira ng kubo at sa pagdurusa ng pamilyang nasa loob nito.

Nang dumating ang gabi, lumabas ako sa aking tagong lugar at naglakad sa mga kakahuyan. Nang walang takot na madiskubre, ipinahayag ko ang aking kalungkutan sa nakatatakot na mga ungol. Ako'y parang isang hayop na binuo mula sa kanyang mga bitag, naglilipana sa pagwasak ng mga bagay sa aking daanan at naglakbay sa kakahuyan nang mabilis na gaya ng isang usa. Oh, anong mapanglaw na gabing pinagdaanan ko! Ang malamig na mga bituin ay naglalaro sa akin, at ang mga namamalagyang puno ay nagitangay ng kanilang mga sanga sa itaas ko. Paminsan-minsan, binabasag ng kahindik-hindik na tinig ng ibon ang katahimikan. Lahat maliban sa akin ay nasa kapayapaan o nagpapakasaya. Ako, tulad ng isang demonyo, ay nagdadala ng impiyerno sa aking loob. Nakakaranas ng lubos na kasamaan at hindi nauunawaan, pinagnanasaan kong manghila ng mga puno, maghatid ng kalituhan at kalabuan, at pagkatapos ay umupo at magsaya sa siraan."

210   "Ngunit ang kasiyahang ito ay hindi magtatagal. Ako'y napagod at napakabigat sa dibdib. Mula sa sandaling iyon, nagdeklara ako ng digma laban sa lahat ng tao, lalo na sa sumalangit na lumikha sa akin at pwersahang ipinasok sa walang tigil kong pagdurusa.

Pumagitna ang araw. Narinig ko ang mga taong nag-uusap, at alam kong hindi na maaaring bumalik sa aking taguan sa natitirang bahagi ng araw. Kaya naman, naghanap ako ng isang sulok sa mga sanga-sanga at nagpasyang isipin sa mga susunod na oras ang aking kalagayan.

Ang mainit na sinag ng araw at sariwang hangin ng araw ay nagdulot ng kaunting kahinahunan sa aking isipan; nang maisip ko ang naganap sa kulungang iyon, napagtanto ko na baka sumabay ako nang masyadong mabilis. Tunay nga na mali ang aking mga galaw. Malinaw na ang aking pag-uusap ay nagpahanga sa ama at naging dahilan para tulungan ako. Nagkamali ako sa pag-ekspos sa takot ng kanyang mga anak. Dapat sana'y dahan-dahan kong nakuha ang tiwala ng matandang De Lacey at sa wakas ay ipakilala ang aking sarili sa iba pang miyembro ng pamilya kung sila'y handa na sa aking pagkilala. Ngunit hindi ako naniniwalang ang aking mga pagkakamali ay hindi na maaring maayos; matapos mag-isip nang matagal, nagpasiya ako na bumalik sa kubli, hanapin ang matandang lalaki, at sikaping mapanigan ko ang kanyang panig."

211   Naramdaman ko ang kapayapaan sa mga iniisip na ito, at sa ikatlong bahagi ng hapon ay bumagsak ako sa isang malalim na pagkakatulog, ngunit ang malalaswang damdamin ng aking dugo ay nagdulot sa akin ng mga bangungot. Sa wakas, pagdating ng gabi, nagmistula akong lumabas mula sa aking tagong lugar at naghanap ng pagkain.

Matapos ako kumain, bumalik ako sa aking lungga. Dumating ang umaga at madilim sa loob ng kubol, at hindi ko narinig ang anumang kauyegan. Lubhang nag-aalala ako. Hindi ko maipaliwanag ang hirap na dulot ng suspensyong ito.

Mamaya, dalawang lalaki ang dumaan ngunit wala akong ideya kung ano ang kanilang sinasabi. Ngunit di-nagtagal, lumapit si Felix kasama ang isa pang lalaki. Ako'y nagulat, sapagkat alam kong hindi siya umalis ng bahay ng umaga na iyon, at naghintay ng may pag-iisang hinala sa nangyayari.

212 "Sa palagay mo ba," sabi ng kaibigan sa kanya, "na kailangan mong bayaran ang tatlong buwang upa at mawalan ng ani mula sa iyong halaman? Ayaw kong abusuhin ka, kaya't hinihiling kong bigyan mo ng oras ang iyong desisyon."

"Walang kabuluhan," sagot ni Felix. "Hindi na kami maaaring manirahan sa inyong baryo muli. Ang buhay ng aking ama ay nasa malaking panganib dahil sa sinabi ko sa iyo. Hindi na malilimutan ng aking asawa at kapatid ang nangyaring kahayupan. Hinihiling ko sa iyo, huwag na nating subukan pang mag-usap. Ibaling mo ang iyong bahay at hayaan mo akong umalis sa lugar na ito."

Nanginginig si Felix sa kanyang pagsasalita. Kasama ng kaibigan niya, pumasok sila sa bahay kubo, kung saan sila'y nanatili ng ilang minuto bago umalis. Hindi ko na muli nakita ang pamilya De Lacey."

213 Nagdaan ang nalalabing bahagi ng araw sa aking maliit na bahay na puno ng pagkadismaya at kamangmangan. Lumisan ang aking mga tagapag-alaga at nasira ang tanging bagay na nag-uugnay sa akin sa mundo. Sa unang pagkakataon, naramdaman ko ang matinding pagnanais sa paghihiganti at galit. Iniisip ko ang mga De Lacey nang may pagmamahal, ngunit muli, nang maalala kong sila ay tumanggi at iniwan ako, dumaloy ulit ang galit, isang malakas na galit. Dahil hindi ako makapagdulot ng pinsala sa mga tao, ibinuhos ko ang aking poot sa mga bagay na hindi mararamdaman. Sa pagdating ng gabi, inilatag ko ang iba't ibang pampasarap sa paligid ng bungalow, at matapos lipulin ang lahat sa hardin, nangungulila kong hinihintay ang paglubog ng buwan upang magsimula sa aking plano.

214 Habang nagiging mas madilim ang gabi, dumating ang isang malakas na hangin mula sa kagubatan, na nagpapalayo sa mga ulap na nasa langit. Ang pagsibol ng hangin ay naramdaman ko na mala-

avalansa, at ito'y nagpangyari sa akin na mawalan ng katinuan. Nakahanap ako ng tuyong sanga mula sa isang puno at isinilaban ito. Nagsimula akong sumayaw nang tila lasing sa paligid ng bahay-kubo, ang mga mata ko'y nakatutok sa kalawakan na halos masalanta na ng buwan. Sa wakas, ang buwan ay unti-unting nalubog sa bingit, at ako'y umiikot nang ipinupukol ang naglalagablab kong sanga. Ito'y bumagsak, at kasabay ng malakas na sigaw, sinunog ko ang mga dayami, damo, at mga baging na aking hinakot. Lumakas ang hangin, at ang mga apoy ay mabilis na sumagilid sa paligid ng bahay-kubo, dila-dila nilang nilalamas ito ng kanilang mapanirang mga dila.

Nang maunawaan kong walang sino man ang makapagliligtas kahit bahagi man lamang ng bahay, umalis ako sa lugar at hinanap ang silong sa kalapit na kagubatan.

"At ngayon, saan nga ba ako dapat pumunta? Iniisip ko ang pagtatangkang hanapin ka. Nabanggit mo ang Geneva bilang pangalan ng iyong hometown; at sa lugar na ito ako naggawi na magpatuloy.

"Ngunit paano nga ba ako magpapadala? Hindi ko kayang pag-isipan iyon. Ang alam ko lang, kailangan kong hanapin ka. Kailangan ko ng mga sagot at kailangan mong ibigay ang mga ito sa akin.

Ang aking paglalakbay ay mahaba at nagdulot ng napakaraming hirap sa akin. Iniwan ko ang lugar kung saan ako nagpatuloy nang mahabang panahon noong nagtapos ang taglagas. Tanging sa gabi lamang ako naglalakbay dahil takot ako na makakita pa ng ibang tao. Ang kalikasan sa paligid ko ay namamatay. Habang papalapit ako sa lugar kung saan ka naninirahan, mas lalo akong nagiging puno ng poot. Nag-ulan ng nieve at nagyelo ang lahat ngunit hindi ako huminto. Minsan, may mga nakakasalubong akong mga bagay na nagpapakita sa akin ng direksyon, at mayroon akong mapa ng lugar, ngunit madalas ako ay naliligaw. Sa sobrang sakit na nararam-daman ko, hindi ako nakapagpahinga. Bawat maliliit na pangyayari ay pinalalala ang galit at kalungkutan ko. Ngunit isang pangyayari noong ako ay nakarating sa hangganan ng Switzerland, nang magsimulang muli ang init ng araw at magkaron ng luntiang pagtingin ang daigdig, nagpapalalim pa lalo ang aking mga damdamin ng pait at karima-rimahan.

217   Madalas akong nagpapahinga sa araw at naglalakbay lamang sa gabi upang walang makakakita sa akin. Ngunit isang umaga, habang kailangan kong dumaan sa isang malalim na gubat, nagpasiya akong magpatuloy sa aking paglalakbay matapos ang pagtaas ng araw. Isa ito sa mga unang araw ng tagsibol, at ang sinag ng araw at mainit na hangin ay nagpaparamdam sa akin ng kasiyahan, na medyo kakaiba para sa akin. Nagulat ako sa mga bagong damdaming kabaitan at kaligayahan na sumisilay sa loob ko. Sa sandaling iyon, nakalimutan ko ang aking kawalang-kasamaan at anyo, at nagpahalakhak sa aking sarili. Luha ng tuwa ang tumulo sa aking mga pisngi, at ako pa nga'y tumingin paitaas sa malakas na araw na puno ng pasasalamat sa pagdulot nito ng ganiyang kaligayahan sa aking puso.

218   Patuloy akong naglalakbay sa mga daanan ng kagubatan hanggang sa maabot ko ang gilid nito, kung saan mayroong isang malalim at mabilis na ilog. Ang ilan sa mga puno ay nagpaguyod sa ibabaw ng ilog na may mga bago nitong mga dahon sa tag-araw. Hindi ko alam kung saang direksyon pupunta, kaya huminto ako at nakarinig ng mga boses. Nagpasya akong magtago sa ilalim ng isang puno ng kipres. Noong mga sandaling iyon, may isang batang babae na tumakbo papalapit sa akin, tumatawa na parang naglalaro ng takbuhan. Patuloy siyang tumatakbo sa malalabnaw na tabing-ilog at biglang nadulas, nahulog sa umaandar na tubig. Walang pag-aalinlangan, nilusob ko ang aking tagong puwesto at ginamit ang lahat ng lakas ko upang iligtas siya at dalhin sa pampang. Siya ay walang malay, at sinusubukan ko ang lahat ng aking makakaya para gisingin siya. Bigla, ang isang taong taga-bayan, marahil ang taong kasama niya sa paglalaro, ay lumapit sa amin. Nang makita niya ako, kinuha niya ang batang babae mula sa akin at mabilis na tumakbo papalayo sa kagubatan. Sumunod ako sa kanila, hindi tiyak kung bakit. Pero nang makita niya akong lumalapit, itinutok niya ang

kanyang baril sa akin at namaril. Napaupo ako sa lupa, at siya naman ay mabilis na tumakbo palayo sa kagubatan.

219   Ito ang gantimpala sa aking kabutihan! Iniligtas ko ang buhay ng isang tao, at kapalit nito, ako ngayon ay masaktan dahil sa malalim na sugat. Ang nararamdaman kong kabutihan at kaamuan ay pinalitan ng matinding galit at poot sa lahat ng tao. Ang sakit ay sumakop sa akin, kaya't ako'y nawalan ng malay.

Sa loob ng ilang linggo, nabuhay ako ng isang mapagpighating buhay sa kagubatan, nagtatangkang pagalingin ang aking sugat. Hindi ko alam kung ang bala ay nasa loob pa rin o kung ito ay tumagos na. Bukod pa rito, walang paraan para alisin ito. Araw-araw, sumumpa ako na maghihiganti.

Pagkatapos ng ilang linggo, tuluyan nang gumaling ang aking sugat, at nagpatuloy ang aking paglalakbay. Ang mga paghihirap na pinagdaanan ko ay hindi na maibsan ng mainit na sikat ng araw o malambing na simoy ng tagsibol. Ang anumang kasiyahan ay tila isang malupit na biro, nagpapaalala sa akin ng aking nag-iisang pamumuhay at ang katotohanang hindi ako makakuha ng kaligayahan.

Ngunit halos tapos na ang aking mga paghihirap. Sa loob ng dalawang buwan, dumating ako malapit sa Geneva.

220   Dumating ako nang maghapon, kaya't nakahanap ako ng isang lugar na pagtataguan sa mga bukid na pumapalibot sa bayan. Kailangan ko ng panahon upang isipin kung paano ko haharapin ka. Pagod ako, gutom, at sobrang lungkot para ma-appreciate ang malumanay na simoy ng hangin sa gabi o ang tanawin ng araw na bumababa sa likod ng matataas na bundok ng Jura.

Sa sandaling iyon, ako'y mahimbing na nahimlay, nagkakaroon ng kaunting ginhawa mula sa aking mga pinag-aalalang isip. Gayunpaman, pinatid ang aking pahinga ng pagdating ng isang kaakit-akit na bata na tumakbo patungo sa parehong tagong puwesto na pinili ko, puno ng kasiyahan at enerhiya ng kabataan. Habang tiningnan ko siya, bigla akong nabigyan ng isang ideya – ang munting bata na ito ay walang kasalanan at hindi pa naranasan ang takot sa kapansanan. Kung maaring kunin ko siya at palakihin bilang aking kasamahan at kaibigan, marahil hindi ako maramdaman ang sobrang kalungkutan sa siksikang mundong ito.

Tuwing makakasalubong ko siya, tinangay ko ang batang iyon at hinalikan patungo sa akin. Nang makita niya ang aking anyo, tinakpan niya ang kanyang mga mata ng kanyang mga kamay at sumigaw nang malakas. Pilit kong inalis ang kanyang kamay mula sa kanyang mukha at sinabi, "Bata, bakit ganyan ang iyong reaksyon? Hindi kita naisasama; pakinggan mo lang ako."

Lumaban siya sa aking pagkakahawak at sumigaw, "Bitiwan mo ako! Halimaw ka! Pangit na nilalang! Gusto mong kainin ako at pasakitin! Ikaw ay tao na puno ng malasakit! Bitiwan mo ako, o sasabihin ko sa tatay ko!"

"Batang may mukhang kahihinatnan mong hindi na kita makikita pang muli ang iyong ama. Kailangan mong sumama sa akin," tugon ko.

"Pangit na halimaw! Bitiwan mo ako! Ang tatay ko ay isang importante at kilalang tao. Siya ay si Ginoong Frankenstein, isang Maykapitan. Parurusahan ka niya. Hindi ka pinahihintulutan na itabi ako!"

221

"Frankenstein! Kaya ikaw ay kaaway ko, ang isa na pinangako kong ipaghiganti magpakailanman. Ikaw ang unang biktima ko," deklarado ng nilalang na iyon.

Ang bata'y patuloy na lumalaban at pinagmumura ako ng mga salitang tumagos sa aking puso. Upang patahimikin siya, hawak-hawak ko ang kanyang leeg at sa isang saglit, siya'y nabubuhay na patay na nasa aking mga paa.

Habang tinitingnan ko ang aking biktima, isang salakab ng kasiyahan at masasamang tagumpay ang umapaw sa aking puso. Tinapik-tapik ko ang aking mga kamay nang sabay at sinabi, "Ako rin ay makakapaghatid ng kapahamakan. Ang kaaway ko ay hindi walang takot. Ang kamatayang ito ay magdudulot ng pagkabahala sa kanya, at maraming kabagabagan ang maghihirap at sisira sa kanya."

Samantalang nakatitig ako sa bata, napansin ko ang isang kumikinang sa kanyang dibdib. Kinuha ko iyon at napagtanto na ito'y isang larawan ng isang magandang babae. Sa kabila ng aking masasamang hangarin, ang kanyang larawan ay yumain at nagka-gusto sa akin. Kahit sandali lamang, nag-enjoy ako sa kanyang maitim na mga mata na nababalot ng mahahabang pilikmata at sa kanyang magagandang labi. Ngunit mabilis itong nawala, ang aking galit ay bumalik. Naalala ko na ako'y habambuhay na nawalan ng kaligayahan na maibibigay ng mga magagandang nilalang na tulad niya. Kung makikita niya ako, ang kanyang ekspresyon ng banal na kabaitan ay magiging ekspresyon ng pagkayamot at takot.

Maari mo bang isipin ang galit na pumuno sa akin sa mga gani-tong kaisipan? Hindi ko maiwasang magtaka na sa sandaling iyon, hindi ako sumigaw sa kirot at pagkapusong-saklap, na hindi ko sinubukan na pumasok sa mundo at mamatay habang sinusubukan na lipulin ang sangkatauhan."

Habang ako'y nababalot ng mga damdaming ito, iniwan ko ang lugar kung saan ako'y nagtaksil. Naghanap ako ng isang mas tahimik na taguan at pumasok ako sa isang walang tao na banga. Sa loob, may isang dalagang natutulog sa ibabaw ng kahoy. Hindi siya kasing maganda ng babae sa larawan na hawak ko, ngunit may maganda siyang mukha at malusog at kabataan ang hitsura. Iniisip ko sa sarili, narito ang isa na ibinabahagi ang kaniyang mga masayang ngiti sa lahat maliban sa akin. Lumingon ako pababa patungo sa kaniya at bulong, "Magising ka, aking pinakamamahal. Narito ang iyong kasintahan, isang taong handang ibigay ang buhay lamang upang makita ang kahit bahagyang pagmamahal sa iyong mga mata. Aking minamahal, pakiramdam!"

Ang natutulog na babae ay gumalaw, at takot ang sumalubong sa akin. Ano kung siya ay magising, makakita sa akin, at sumpain at ibunyag ako bilang isang mamamatay-tao? Ito'y tiyak na kanyang gagawin kung magbukas ang kanyang mga mata at makakita sa akin. Ang kaisipang ito ay nagpapakaloko sa akin. Nagmulat ito sa kasamaan sa aking loob. Nagdesisyon ako na siya ang dapat magdusa, hindi ako. Ginawa ko ang pagpatay na ito sapagkat nawalan ako ng lahat ng aking dapat makuha galing sa kanya, kaya siya dapat ang sumingil para dito. Salamat sa mga natutunan ko mula kay Felix at ang malupit na batas ng lipunan, nalaman ko na kung paano magdulot ng kapahamakan. Lumapit ako sa kanya nang paunti-unti at nang maingatan kong ibinalot upang mabuti ang larawan sa loob ng kanyang damit. Siya ay gumalaw ulit, at ako'y mabilis na tumakas.

223   "Sa loob ng ilang araw, paulit-ulit akong bumabalik sa lugar kung saan naganap ang mga bagay na iyon. Minsan, nais ko na makita ka, at sa ibang pagkakataon, iniisip ko na iwan ang mundo at lahat ng mga alalahanin nito magpakailanman. Sa bandang huli, ako'y namalagi sa mga bundok na ito at sinusuri ang kanilang malalaking nakatagong lugar habang sinasalanta ng malalakas na pagnanais na tanging ikaw lamang ang makapagbibigay-kasiyahan. Hindi tayo maaaring maghiwalay hangga't hindi mo pinapangako ang aking hiling. Nag-iisa ako, nadaramang lumbay dahil sa mga taong ayaw maging malapit sa akin. Subalit ang isang taong mala-dispiguradong gaya ko ay hindi tatanggi sa akin. Ang kasama ko ay dapat katulad ko at may parehong kapintasan. Kailangan mong lumikha ng ganitong nilalang para sa akin."

CHAPTER XVII

 HUMINTO ANG NILALANG SA PAGSASALITA AT TININGNAN AKO, naghihintay ng isang sagot. Ngunit ako'y naguluhan at hindi ko maayos na maiayos ang aking mga iniisip upang maunawaan kung ano ang hinihingi niya. Patuloy siyang nagsasalita,

"Kailangan mong lumikha ng isang kasamang babae para sa akin. Ito ay hinihiling ko bilang isang bagay na dapat mong ibigay sa akin."

Nang tapusin niya ang kanyang kuwento, ang aking galit ay umapoy muli. Hindi ko na kayang pigilin ang aking pagkapoot.

"Tututulan ko iyan," mariin kong sinabi. "Kahit gaano pa katinding pagpapahirap ang gawin mo, hindi mo ako magagawa na sumang-ayon. Maaaring gawin mo akong isang pinakamalungkot na tao, ngunit hindi mo ako mapapanghinaan ng loob. Dapat ko bang lumikha ng isang katulad mo, na ang kasamaan ay maaaring sirain ang mundo? Lumayas ka! Ay nagbigay na ako ng aking sagot. Maaring subukin mong pahirapan ako, ngunit hindi ako kailanman susunod."

 "Kamali ka," sabi ng demonyo. "Sa halip na takutin, nais kong mag-usap ng may rason sa iyo. Masama ako dahil ako'y malungkot.

Lahat ay ikinaiiwas at kinamumuhian ako, pati na ikaw, aking lumikha. Binabangga mo ako at pakiramdam mong tagumpay ka. Isapamagat mo 'yan at sabihin sa akin kung bakit dapat kong awaing ang mga tao kung hindi naman nila ako inaawaa? Hindi turingan ninyo 'yan na pagpatay kung mailulugmok mo ako sa isa sa mga ice crack at sirain ang katawan na iyong gawa. Dapat ba kitang igalang kung ako'y kinamumuhian? Tumira tayo nang magkabuhol-buhol nang may kabutihan, at sa halip na makasakit sa isa't isa, bibigyan kita ng lahat ng mga pag-aari na may luha ng pasasalamat kapag tinatanggap mo sila. Pero 'di magagawa iyon dahil ang pagkakaiba nating damdamin ang humahadlang sa ating pagkakaisa. 'Di ako magiging alipin ng sinuman. Aking kukuhain ang aking paghihiganti para sa lahat ng ginawa mong sa akin. Kung hindi ako magagambala ng pag-iibigan, gagarawin ko ang takot ng mga tao sa akin. At ang karamihan sa takot na 'yun ay idiridirekta ko sa iyo na aking kinapopootan, dahil ikaw ang aking lumikha. Pinapangako ko sa iyo na ako'y mananatiling naiinis sa iyo magpasawalang-hanggan. Mag-ingat: gagawin ko ang lahat upang sirain ka at hindi ako titigil hangga't hindi ko pinapaiyak ang iyong puso, nang maramdaman mo ang pagka-pagsisisi sa araw na ikaw ay isinilang."

Isang mapanupil na galit ang sinasakop sa kanya habang nagsasalita; ang kanyang mukha'y gumuhit ng pagsasaklt sa paraang labis na nakakatakot para sa sinuman na makakakita. Pero hindi maglaon, kanyang nakuha muli ang kanyang kahinahunan at nagpatuloy —

226 "Nais ko sanang makiusap sa iyo. Ang matinding damdamin na ito ay nakasasama sa akin, ngunit hindi mo naaunawaan na ikaw ang dahilan ng kasidhian nito. Kung mayroon mang taong nagpakita ng kabutihan sa akin, ibabalik ko ito ng daang beses. Para sa isang taong iyon, magkakasundo ako sa lahat! Ngunit ngayon, ako'y tumatahimik lamang sa isang kaligayahan na hindi ko maaaring matamasa. Ang aking hiling sa iyo ay makatarungan at makatwiran: nais ko ng isang kasama. Alam kong tayo ay itatanggi ng lipunan, ngunit iyon lamang ang magpapalakas ng ating samahan. Ang ating

mga buhay ay hindi magiging masaya, ngunit malayo tayo sa kalungkutan. Sana, huwag mo akong tanggihan."

Napakasidhi ng aking nadarama. Ang iniisip ng mga magaganap kung pumayag ako ay nagpangangambang nagpababa ng aking katahimikan, ngunit may kasinungalingan sa kanyang pangan-gatwiran. Ang kanyang kwento at kasalukuyang damdamin ay nagpapahiwatig na siya rin ay kayang maranasan ang malalim na emosyon. Bilang kanyang lumikha, hindi ba't karapat-dapat ba akong magbigay sa kanya ng anumang kaligayahan na maaring ibigay ko? Napansin niya ang pagbabago ng aking isip at patuloy na nagsalita

227 "Kung pumapayag ka, hindi na tayo makikita ng iyong mga mata o ng anumang iba pang tao. Lilipad ako sa malawak na kabundukan ng Timog Amerika. Hindi ako kumakain ng parehong pagkain ng mga tao. Sapat sa akin ang mga aguploy at mga berry. Ang aking kasama ay magiging katulad ko at kontento sa parehong pagkain. Matutulog kami sa tuyong dahon. Hindi namin kailangan ng marami. Bagamat ikaw ay nagpakasama sa akin, nakikita ko ang habag sa iyong mga mata ngayon. Bigyan mo ako ng pagkakataon na mapanghawakan ang pinakaiibig ko."

"Tinutugon ko," sabi ko, " na dapat kang tumakas at mamuhay sa kagubatan kung saan lamang hayop ang magiging iyong kasama. Paano mo, na nagnanais ng pagmamahal at pag-unawa ng mga tao, magpapatuloy sa ganitong pagtatago? Babalik ka at hahanapin ang kanilang kabaitan muli, ngunit susumpain ka nila. Babalik ang iyong masasamang kagustuhan at magkakaroon ka ng kasama upang tulungan kang magsanhi ng kalunasan. Hindi maaaring mangyari iyon. Mangyaring itigil na ang pagtatalo, dahil hindi ako makapa-payag sa iyong kahilingan."

228 "Ang bilis ng pagbabago ng damdamin mo! Sa isang sandali lamang, nadamay ka sa sinabi ko, kaya bakit ngayon ay nagiging matigas ang iyong puso? Pangako ko sa iyo, sa mundo kung saan ako nabubuhay at sa Lumikha sa akin, na kung ibibigay mo sa akin ang isang kasama, lilisanin ko ang lipunang sangkatauhan at mamuhay

saan man ako makakarating, kahit pa sa pinakamalalayong lugar. Ang mga masasamang hangarin ko ay mawawala dahil may kasama ako. Hindi ko sasalakayin ang naglikha sa akin."

Ang kanyang mga salita ay may kakaibang epekto sa akin. Ako ay nagkaroon ng awa sa kanya. Iniisip ko na dahil hindi ko kayang maranasan ang nararamdaman niya, wala akong karapatan na tanggihan ang maliit na kaligayahan na maari kong maibigay sa kanya.

"Iyong ipinangako," sabi ko, "na maging hindi makapaminsala, ngunit hindi ba ipinakita mo na ngayo'y mayroon kang pananakit na nagpapayang magduda ako sa iyo? Hindi ba't maaaring ito ay isang tik sa pagpapataas ng iyong tuwang nagbibigay daan upang hanapin ang higit pang paghihiganti?"

"Ano ang nangyayari? Hindi ako dapat balewalain, at gusto ko ng kasagutan. Kung wala akong koneksyon o pag-ibig sa aking buhay, magkakaroon ako ng poot at bisyo. Tanging ang pag-ibig ng iba ang makapipigil sa akin na gumawa ng mga krimen, at magiging ako'y isang taong walang kakilala. Ang aking mga masasamang kilos ay nagmumula sa kalungkutan na aking kinamumuhian, at ang aking mga mabubuting katangian ay magiging likas na sumasalamin kapag ako'y kasama ng isang katulad. Mararamdaman ko ang mga emosyon tulad ng anumang malalim na tao at magiging bahagi ako ng kadena ng buhay at kaganapan na ako'y kasalukuyang hindi kasama."

Tumagal ako ng mahabang tigil upang isipin ang lahat ng kanyang sinabi at ang mga argumento na kanyang ipinahayag. Iniisip ko ang pangako ng mga kagalingan. Iniisip ko rin ang kanyang kapangyarihan at mga banta: isang nilalang na maaaring mabuhay sa mga yelong kuweba at magtago sa mga bato na hindi madaling maabot ay may mga kakayahan na hindi madaling malutas. Matapos ang malalim na sandaling pag-iisip, nagpasiya ako na katarungan, para sa kanya at para sa aking kapwa-tao, ay nangangailangan na pumayag ako sa kanyang kahilingan. Lumapit ako sa kanya, at sa wakas ay sinabi ko-"

"Tumutugma ako sa iyong hiling, ngunit dapat mong pangakuan

sa pangako na iiwanan mo ang Europa at anumang iba pang mga lugar na malapit sa mga tao magpakailanman. Kapag ibinigay ko sa iyo ang isang kasamang babae para sa iyong pagpapalayas, dapat mong tuparin ang iyong pangako," sabi ko sa kanya.

Sinabi niya, "Pinapangako ko 'yan. Hindi mo na ako kailanman makikita habang sila ay nabubuhay. Bumalik ka sa iyong tahanan at simulan ang iyong mga paghahanda. Masisiyahan akong bantayan ang kanilang progreso at kapag handa ka na, darating ako."

Matapos sabihin ito, agad niyang iniwan ako, marahil nababa-hala na ang aking mga damdamin ay maaaring magbago. Pinag-masdan ko siyang mabilis na bumaba mula sa bundok, kumikilos na mas mabilis kaysa isang agila sa paglipad, at sa sandaling ito ay kanyang nawala sa pagitan ng malalaswang alon ng dagat."

231 Aabot sa buong araw ang kuwento niya, at halos magtakipsilim na nang umalis siya. Ang pakiramdam ko'y masama habang iniisip na papunta siya sa kanyang patutunguhan. Marami akong iyakan at inihawak ang mga kamay ko sa hirap. "Oh, mga bituin at mga ulap at hangin," sabi ko, "Kung talagang naaawa kayo sa akin, alisin ninyo ang aking mga damdamin at mga alaala at pakikinggan, basta'y ako'y mawawala. Pero kung hindi kayo papayag, umalis na kayo, umalis na kayo, at iwan ninyo ako sa kadiliman."

Ito'y mga baliw at malungkot na mga iniisip.

232 Nagdatingan ako sa nayon ng Chamounix ng umaga, ngunit hindi ako nagpahinga. Sa halip, agad kong binalikan ang Geneva. Hindi ko makita ang mga salitang sasabihin upang maipahayag kung ano ang nararamdaman ko, dahil napakalakas at napakabigat ng aking emosyon na parang isang napakabigat na bundok. Kaya, bumalik ako sa bahay at pumasok sa loob upang maging kasama ang aking pamilya. Labis silang nag-aalalang makita ang aking pagod na anyo, ngunit hindi ako sumasagot sa mga tanong at halos hindi ako nagsasalita. Lubos akong nalilito sa mga iniisip kung ano ang dapat kong gawin sa susunod.

CHAPTER XVIII

 Nagtagal ako ng maraming araw at linggo sa Geneva, ngunit hindi ko matagumpay na mahanap ang tapang na magsimula ulit sa pagta-trabaho. Takot ako sa paghihiganti ng nabigo kong kalansay, at hindi ko nais na harapin ang gawain na ibinigay sa akin. Upang makalikha ng isang babae, kinakailangan kong mag-aral at mag-research ng ilang buwan pa. Narinig ko tungkol sa isang siyentipiko sa Inglaterra na gumawa ng ilang mahahalagang pagtuklas na maaaring makatu-long sa akin, at inisip ko na tanungin ang aking ama kung puwede akong pumunta sa Inglaterra dahil sa ganitong dahilan. Ngunit patuloy akong nakakahanap ng mga dahilan upang i-delay, at hindi ko nais umpisahan ang unang hakbang sa isang gawain na hindi na lubhang pakahulugan. May nagbago sa loob ko: bumuti ang aking kalusugan, at mas mataas ang aking kalooban kapag hindi ko inaalala ang aking malungkot na pangako. Tuwang-tuwa ang aking ama sa pagbabagong ito, at sinikap niyang hanapin ang paraan upang tulungan ako na mawala ang aking kalunos-lunos na kalungkutan, na kung minsan ay bumabalik at nagpapakulimlim sa lahat ng bagay. Sa mga sandaling iyon, natatagpuan ko ang kaluguran sa ganap na pag-iisa. Naaabot ko ang buong araw sa lawa sa isang maliit na bangka, tiningnan ang mga ulap at nakinig sa mga tunog ng mga alon. Ito ay nagbibigay sa akin ng katahimikan at kapayapaan. At kapag ako ay bumalik, binabati ko ang aking mga kaibigan ng mas mainit na ngiti at mas maligayang puso.

234 Pagkatapos ng isa sa aking mga lakad, hiningi sa akin ng aking ama na kausapin siya ng pribado. Sinabi niya, "Natutuwa ako na nakikita kong tinatamasa mo muli ang mga dating kaligayahan mo at unti-unting bumabalik ang tunay na pagkatao mo. Ngunit ikaw ay hindi pa rin masaya at iniwasan mo kaming makasama. Matagal ko nang pinag-aaralan kung bakit. Ano ang nagaganap sa iyo?"

Natakot talaga ako sa kanyang nagsimula, at nagpatuloy ang aking ama, "Kinikilala ko na palagi kong iniisip na kayo ni Elizabeth ang magpapakasal at magdudulot ng kaligayahan sa aming tahanan. Magkasama kayong dalawa simula nung kayo ay sanggol pa lang, nag-aaral ng sabay at may parehong mga interes. Ngunit sa ilang pagkakataon, hindi malinaw ang mga bagay sa paningin ng mga taong gaya ko. Ang iniisip kong magiging tulong sa aking planong iyon ay maaaring siya ring naging sanhi ng pagkasira nito. Baka ikaw ay tingin lamang kay Elizabeth bilang isang kapatid at hindi mo siya gusto pang pakasalan. Marahil may iba kang natagpuan na iyong minamahal at nararamdaman mong nakakulong ka dahil sa iyong pangako kay Elizabeth. Ang labang ito ay maaaring sanhi ng malalim na kalungkutan na ipinapakita mo."

235 "Mahal kong ama, huwag kang mag-alala. Tunay at lubos kong minamahal ang aking pinsan. Si Elizabeth lamang ang babae na nagpatibok ng aking puso ng malalim na paghanga at pagmamahal. Hindi ko maipinta sa isipan ko ang aking kinabukasan na walang pag-asa na makasama siya sa pag-aasawa."

"Ang iyong mga salita ay nagdudulot ng malaking kasiyahan sa akin, aking minamahal na Victor. Kung ganito ang iyong nararam-daman, tiyak na makakahanap tayo ng kaligayahan sa isa't isa, anuman ang mga hamon na ating haharapin. Ngunit nadarama ko na mayroong malalim na problema sa iyo. Sabihin mo sa akin kung may mga pangamba ka tungkol sa agarang pagpapakasal. Kami ay hinaharap ang mga napakasamang pangyayari kamakailan na nagdulot ng pagkawala ng dating kapayapaan sa ating tahanan. Ako ay luma na at nauunawaan kong mayroon kang sapat na halaga ng salapi. Ang maagang pag-aasawa ay hindi dapat makabawas sa anumang mga pangarap mo para maging matagumpay at maging mabuti sa mundo. Gayunpaman, hindi ko nais na pilitin ang kaligayahan sa iyo, at kung kailangan mo ng higit pang panahon, hindi ito magdudulot ng malalim na pagkabahala sa akin. Sana maunawaan mo ang aking layunin at tapat na sabihin ang iyong mga saloobin at damdamin."

236   Tahimik kong pinakinggan ang aking ama at hindi ako makasagot sa loob ng isang sandali. Agad na nagpariwaralak ang aking isipan ng maraming kaisipan habang sinusubukan kong gumawa ng isang desisyon. Ngunit, hayan na nga, ang ideyang pagpakasal kay Elizabeth nang mabilisan ay nakakatakot at nagpuno sa akin ng pangamba. Mayroon akong isang malaking pangako na hindi pa natutupad, at hindi ko ito maaaring sirain. Kung gagawin ko ito, maraming masasamang pangyayari ang maaaring mangyari sa akin at sa aking mapagmahal na pamilya. Paano ko mai-enjoy ang isang selebrasyon na bitbit ang bigat ng pangako na ito, na humahatak sa akin pababa? Dapat kong tuparin ang aking pangako at palayain ang halimaw kasama ang kanyang kasama bago ko mahanap ang kapayapaan sa kaligayahan ng aming kasal.

237   Naaalala ko rin na dapat pumunta ako sa England o mag-ugnay sa mga pilosopo doon upang makakuha ng kaalaman at mga natuklasan na kailangan ko para sa kasalukuyang proyekto ko. Ang pangalawang opsyon, ang pagsusulat ng mga sulat pabalik-balik, ay mabagal at hindi nakapagbibigay-kasiyahan. Bukod pa rito, ayaw ko talagang mabulagta sa bahay ng aking ama habang kasama ang mga taong mahal ko, habang ginagawa ang nakayayamot kong gawain. Alam ko na maraming mga bagay ang maaaring mangyari, kahit ang pinakamaliit na aberya ay maaaring magbunyag ng nakamamatay na katotohanan sa lahat ng mga malalapit sa akin. Kailangan kong

maging mag-isa upang magtrabaho. Pagkatapos kong matupad ang aking pangako, magiging wala na ang halimaw magpakailanman. O marahil (kung payagan ko ang sarili kong mangarap), maaaring mangyari ang anumang bagay sa kanya na magliligtas sa akin mula sa maging alipin niya magpakailanman.

238   Inilahad ko ang aking mga damdamin sa aking ama at nagtanong kung puwede akong pumunta sa Inglaterra. Hindi ko ibinunyag ang tunay na mga dahilan sa likod ng aking kahilingan, bagkus, ipinakita ko na parang gusto ko lang magpunta ng biyahe para sa kasiyahan. Pumayag siya.

Binigyan niya ako ng kalayaan sa pagpili kung gaano katagal ko gusto manatili roon, pinahihintulutan ang ilang buwan o isang taon sa pinakamatagal. Siguraduhin din niya na hindi ako mag-isa sa aking paglalakbay. Nang hindi ipinapaalam sa akin, inayos nila ng aking kaibigan na si Clerval ang pagsama sa akin. Natuwa ako, pero may kaunting pangamba rin. Kailangan kong maging todo-todo ang focus. Pero maaaring mailayo sa akin ang aking kaaway ang presensya ni Henry. Kung mag-isa ako, hindi ba't siya'y minsan na lamang manggigipit sa aking buhay, ipaalala ang aking tungkulin, o bantayan ako habang nagtatrabaho?

239   Determined akong pumunta sa Inglatera, at naintindihan na pagbalik ko, agad kaming ikakasal ni Elizabeth. Dahil matanda na ang aking ama, ayaw niyang magkaroon ng anumang pagkaantala.

Sinimulan kong gumawa ng plano para sa aking paglalakbay, ngunit may isang takot na patuloy na nag-aalala sa akin. Ano ang mangyayari sa aking mga kaibigan habang ako ay wala? Hindi nila alam tungkol sa ating kaaway at hindi sila maiingatan mula sa kanyang mga atake. Noong una, ipinangako niya na susundan niya ako kahit saan ako magpunta, kaya kasama niya ako sa Inglatera? Ang ideyang ito ay nakakatakot, ngunit sabay na nagbibigay sa akin ng kahit na konting ginhawa, dahil ibig sabihin nito na ligtas ang aking mga kaibigan. Nalilito ako sa posibilidad ng kabaligtaran ng mangyayari. Gayunpaman, noong nasa ilalim ako ng kontrol ng aking nilalang, pinapayagan kong ang aking mga pagnanasa ang umusad sa akin, at sa kasalukuyan, malakas na nagpapahiwatig na susundan ako ng halimaw at liligtas ang aking pamilya sa kanyang masasamang balakin.

240   Sa huling bahagi ng Setyembre, muli akong umalis sa aking tahanan. Ako ang nagpakana ng paglalakbay na ito, at pumayag si Elizabeth, bagaman nag-alalala siya tungkol sa akin na mawawala. Gusto niya akong madaliang bumalik, ngunit hindi niya mahanap ang mga salita upang maipahayag ang lahat ng kanyang pinagsamang damdamin nang maiiyak naming sabihin ang paalam.

    Sumakay ako sa kalesa, hindi talaga sigurado kung saan ako pupunta at hindi rin nagpapansin sa mga pangyayari sa paligid ko. Kasama ko ang lahat ng aking mga kagamitan. Kahit alam kong ang daan patungo sa pupuntahan ko ay magiging maganda, ang tanging iniisip ko ay ang aking tungkulin sa harap ko.

241   Matapos ang ilang malalamig na araw, kung kailan ako ay naglakbay ng malayong biyahe, dumating ako sa Strasburgh. Doon ako naghintay ng dalawang araw para kay Clerval. Sa wakas, dumating siya. Ngunit oh, gaano nga kami kaiba! Siya ay nasasabik sa bawat bagong tanawin. Siya ay tuwang-tuwa kapag nakakakita ng magandang paglubog ng araw, at mas masaya kapag nakakakita ng pagsikat ng araw at isang bagong araw. Sa totoo lang, ako ay abalang-aba sa madidilim na mga iniisip. Hindi ko napapansin ang bituin ng gabi o ang pagsikat ng araw. Siya ay tumitingin sa tanawin na may damdaming saya at tuwa, magkaiba sa aking mga iniisip. Ako ay isang kawawa, na patuloy na hinahamak at hindi makatagpo ng anumang kaligayahan.

242   Wasak sa maraming maliit na islang sakop ng mga puno ng willow at nakakita kami ng ilang magagandang bayan sa daan papuntang Rotterdam galing Strasburg. Nagpahinga kami ng isang araw sa Manheim at sa ikalimang araw mula nang umalis kami sa Strasburg, dumating kami sa Mayence. Sa ibaba ng Mayence, ang Rhine ay nagiging mas malikhaing tanawin. Ang ilog ay umaagos nang mabilis at kumukurba sa pagitan ng mga bundok na hindi gaanong taas ngunit may magagandang hugis. Nakakita kami ng

maraming lumang kastilyo na nasa mga gusaling magkakadulas sa mga matatarik na bangin, napalibutan ng mga madilim na kahoy na mataas at hindi maaabot. Ang bahaging ito ng Rhine ay nag-aalok ng espesyal at palaging nagbabago na tanawin. Sa isang lugar, makikita mo ang matarik na mga burol, mga kastilyong nasa ganap na isang bangin, na may malalim na ilog ng Rhine na umaagos sa ibaba. Pagkatapos, sa pagliko ng kanto, sasalubungin ka ng sagana at umaarangkada na mga ubasan sa isang promontory, may berdeng mga palapad na mga bangko at isang magulong mga bayan na puno ng tao.

243   Nakapunta kami noong panahon ng pag-ani ng ubas at narinig namin ang mga manggagawa na kumakanta habang kami ay umaandar sa ilog. Kahit sa aking kalungkutan at malalalim na iniisip, nararamdaman ko pa rin ang kaligayahan. Ako'y nagpatong sa ilalim ng bangka at tumingin sa malinaw na asul na langit, at nararamdaman ko ang kapayapaan na matagal ko nang hindi nararamdaman. At kung ako ay ganun ang nadarama, isipin mo na lang kung ano ang nadarama ni Henry. Inakala niya na napakagandang lugar at nagkaroon siya ng kaligayahan na bihira para sa mga tao. "Nakakita ako," sabi niya, "ng pinakamagagandang tanawin sa aking sariling bansa. Nakapunta ako sa Lawa ng Lucerne at Lake Uri, kung saan ang mga mayabong na bundok ay umaabot direktang sa tubig, na bumubuo ng mga malalalim na anino na maaaring maging malungkot kung hindi dahil sa luntiang mga pulo na nagbibigay liwanag sa lahat. Nakakita ako ng mga bagyo sa lawa, kung saan ang hangin ay bumubuo ng patak-patak na tubig, nagbibigay sa amin ng isang pagtititigan kung paano ang isang buhawi sa malawak na karagatan. Ang mga alon ay umaabong pabigat sa pagsasandigan ng bundok kung saan inilibing ang isang pari at ang kanyang minamahal na kasintahan ng isang pagguho ng lupa. Sinasabi nila na maaari mo pa rin marinig ang kanilang mga tinig sa hangin ng gabi. Nakita ko ang mga bundok sa Valais at Vaud, ngunit ang lugar na ito, Victor, ay mas nakalulugod sa akin kaysa sa lahat ng mga kamangha-mangha. Ang mga bundok ng Switzerland ay mas

malalaki at mas kakaiba, ngunit may espesyal na bagay sa mga tabi ng impeksiyosong na lawa na hindi ko pa nakita sa ibang lugar. Tingnan mo ang kastilyo na nakabitin sa bangin at ang isa sa isla, na nakatago sa gitna ng mga luntiang dahon ng mga puno. Ngayon, tingnan mo ang grupo ng mga manggagawa na galing sa kanilang mga ubasan at ang bayan na nakatago sa sulok ng bundok. Oo, tiyak na ang espiritu na naninirahan dito at nagtatanggol sa lugar na ito ay mas nauunawaan at nakikipag-ugnayan sa mga tao kaysa sa mga taong umaakyat sa mga glacier o nagtatago sa tuktok ng mga hindi maabot na taluktok ng ating sariling bansa."

244   Clerval! Mahal kong kaibigan! Napakasaya ko na isulat ang iyong mga salita ngayon at isipin ang mga papuri na tunay na nararapat sa iyo. Ikaw ay parang isang karakter mula sa isang magandang tula, na nilikha ng mismong kalikasan. Ang iyong malikot at malikhaing pag-iisip ay sinasalamin ng iyong sensitibong puso. Mayroon kang napakaraming pag-ibig sa iyong kaluluwa, at ang iyong pagkakaibigan ay napakalalim at kamangha-mangha na sinasabi ng mga tao na ito'y maaaring magkaroon lamang sa mga kuwento. Ngunit kahit na may malalim na koneksyon sa iba, hindi ito sapat para sa iyong mausisang isip. Mayroon kang apoy na pagnanais sa natural na mundo na iba lamang ang pagpapahalaga, ngunit ikaw ay tunay na nagmamahal:

"Ang malalakas na talon ay tila isang kinahuhumalingan sa iyo. Ang mga mataas na bato, bundok, at madilim na kagubatan na may lahat ng mga kulay at hugis ay higit pa sa mga tanawin lamang sa iyo. Sila ay parang pagkain para sa iyong kaluluwa, isang bagay na dapat damhin at mahalin nang malalim. Hindi mo kailangan ng anumang higit pa, tulad ng mga kaisipan o iba pang mga interes, upang gawing higit pang espesyal ang mga ito. Ang pagtingin lamang sa kanila ng iyong mga mata ay sapat na."

At ngayon, nasaan ka ngayon? Ito bang malumanay at sinisinta mong tao ay wala na ngayon? Ang brillanteng isip na puno ng mga malikhain na ideya at dakilang pangungusap na bumuo ng buong mundo, isang mundo na umiiral lamang dahil sa buhay ng kanyang lumikha, itong isip ba ay nawala na? Ito na lamang ba'y umiiral sa aking mga alaala na lamang? Hindi, iyon ay hindi totoo. Ang iyong katawan, na maganda at naglalagablab, marahil ay nangarag at nawala, ngunit ang iyong espiritu ay patuloy na bumibisita at pinapagaan ang nalulumbay kong kaibigan.

Pasensya na sa aking kalungkutan. Napakamimiss ko si Henry. Magpapatuloy ako sa aking kuwento.

Pagkatapos ng Cologne, bumaba kami sa mga kapatagan ng Holland.

Ang aming paglalakbay dito ay nawalan na ng interes na nagmumula sa magandang tanawin; ngunit sa loob ng ilang araw kami ay nakarating sa Rotterdam, at doon kami nagpatuloy ng paglalakbay sa pamamagitan ng karagatan patungo sa England. Isang maliwanag na umaga noong mga huling araw ng Disyembre, unang nakita ko ang puting mga dalisdis ng Britain. Ang mga banks ng Thames ay nag-alok ng isang bagong tanawin. Sila ay pantay, ngunit mataba, at halos bawat bayan ay may alaala ng isang kuwento. Napakaraming kasaysayan.

CHAPTER XIX

 Londres ang napagpasyahan namin na magpahinga sa loob ng ilang sandali. Plano naming manatili dito ng ilang buwan sa napakagandang at tanyag na lungsod na ito. Gusto ni Clerval na makilala at makasama ang mga taong talented at matalinong nagpapamayagpag noong panahong iyon. Ngunit para sa akin, hindi iyon ang pangunahing layunin. Ako'y tuwang-tuwa sa paghahanap ng impormasyon na kailangan ko upang tuparin ang aking pangako. Agad kong nagamit ang mga liham ng rekomendasyon na dinala ko. Ang mga liham na ito ay patungo sa mga pinakatanyag na siyentipiko.

Kung ang paglalakbay na ito ay naganap noong mga araw ko ng pag-aaral at kasiyahan, ito'y nagdulot sakin ng lubos na kaligayahan. Ngunit ang aking buhay ay naapektuhan ng isang malagim na trahedya at ngayon ay bumibisita lamang ako sa mga tao na ito upang makalap ng kinakailangang impormasyon. Mahirap para sa akin na maging kasama ng ibang tao. Kapag mag-isa ako, ako'y maaaring malunod sa mga kahanga-hangang kagandahan ng mundo sa paligid ko. Ang tinig ni Henry ay nagbibigay ng kaginhawahan sa akin, at sa sandaling sandali, nadadaya ko ang aking sarili na pakiramdam na kapayapaan. Ngunit ang pagtingin sa abalang, walang saysay, at masasayang mga mukha ay nagdudulot lamang ng aking kalumbayan. Para bang may sadyang di-matatawarang harang sa pagitan ko at ng ibang tao. Ang haranging ito ay namumula sa dugo nina William at Justine. Ang pag-iisip tungkol sa mga pangyayari na may kaugnayan sa mga pangalan na iyon ay nagpupuno sa akin ng kalungkutan.

247   Sa kay Clerval, nakita ko ang isang larawan ng aking nakaraang sarili. Siya ay tuwang-tuwa at masigasig sa pag-aaral. Natatangi at kakaiba sa kanya ang pagkakaiba-iba sa mga kagawian at nagbibigay ito ng kasiyahan at aliw sa kanya. Palaging abala siya at ang tanging bagay na nagpapabawas ng kasiyahan niya ay ang kalungkutan ko. Ginawa ko ang lahat ng makakaya ko na itago ito, upang hindi ko siya hadlangan sa pagtuklas ng kasiyahan ng pagbubukas ng isang bagong kabanata sa buhay na walang alala-hanin o masasakit na alaala. Maraming beses, tinanggihan ko ang kanyang mga imbitasyon, dahilan sa iba pang mga tungkulin, upang maging nag-iisa. Sa panahong iyon, nagsimula din akong magtipon ng mga materyales na kailangan ko para sa aking bagong likha. Para itong pagpapahirap, patak-patak, bawat pag-iisip tungkol dito. Kahit ang pagbanggit lamang nito ay nagpapaginat ng aking mga labi at nagpapabilis ng tibok ng aking puso.

248   Pagkatapos naming maglaan ng ilang buwan sa London, may natanggap kaming sulat mula sa isang taong taga-Scotland na bumisita sa amin noong kami ay nasa Geneva pa. Ipinakwento nila ang kagandahan ng kanilang bansa at inimbitahan kami na umakyat hanggang Perth, kung saan sila naninirahan. Gusto na talaga ni Clerval na pumunta, at bagamat hindi ako gaanong nasasarapan sa pakikipagkapwa-tao, gusto kong makakita muli ng mga bundok at ilog, at lahat ng kamangha-manghang mga nilikha ng Kalikasan sa mga lugar na iyon.

Dumating kami sa England noong Oktubre, at ngayon ay Pebrero na. Nagpasiya kaming simulan ang aming paglalakbay papuntang hilaga sa katapusan ng susunod na buwan. Sa halip na dumaan sa pangunahing daan patungong Edinburgh, pinlano naming bisitahin ang Windsor, Oxford, Matlock, at ang mga lawa sa Cumberland. Hangad naming matapos ang paglalakbay na ito sa katapusan ng Hulyo. Nagbalot ako ng aking mga kagamitan sa kemistriya at mga bagay na aking nakuha, at nagplano na tapusin ang aking gawain sa isang tahimik na lugar sa mga kabundukan ng Scotland.

Noong ika-27 ng Marso, umalis kami sa London at nanatili sa Windsor ng ilang araw. Siniyasat namin ang magandang kagubatan nito, na bago para sa amin mula sa mga bundok. Ang malalaking puno ng oak, ang kalakihan ng mga hayop, at ang mga grupo ng marikit na usa ay mga bagay na hindi pa namin kailanman nakita noon.

249 Nagpunta rin kami sa Oxford. Nang dumating kami sa lungsod, hindi namin maiwasang isipin ang mga mahahalagang nangyari dito mahigit sa 150 taon na ang nakalilipas. Dito nagtipon ang hukbong militar ni Charles I. Nanatiling tapat sa kanya ang Oxford kahit na ang natitirang bahagi ng bansa ay sumapi na sa panig ng parliamento para sa kalayaan. Ang pag-alala sa malas na hari at kanyang mga kasama - si Falkland, Goring, ang kanyang reyna, at anak - ay nagbigay ng espesyal na pakiramdam sa bawat bahagi ng lungsod, parang sila'y minsan nang nanirahan doon. Ang lungsod mismo ay sapat na maganda upang kunin ang ating atensyon, kahit wala ang mga sentimental na damdamin na iyon. Ang mga kolehiyo ay matatanda at pintoresko, at ang mga kalye ay kamangha-mangha. Ang kaakit-akit na Ilog Isis ay dumadaloy malapit sa lung-sod, napaliligiran ng magagandang berdeng pastulan. Ang tahimik na tubig ay nagpapakita ng kanilang mga mararangyang tore, mga torre, at mga bumbong, na tila nababalot sa mga matandang puno.

250 Napakagusto ko sa eksena na ito, ngunit nabawasan ang aking tuwa sa pamamagitan ng pag-alala sa nakaraan at pag-iisip sa hina-harap. Dapat na masaya at mapayapa ako. Noong ako'y bata pa, hindi ko naramdaman ang kalungkutan, at kung sakali man na ako'y mabagot, ang pagmamasid sa kagandahan ng kalikasan o ang pag-aaral ng kahanga-hangang mga likha ng tao ay laging nagpa-paramdam sa akin ng ginhawa. Ngunit ngayon, nadama kong napin-

sala ako, tulad ng isang puno na hinampas ng kidlat. Alam ko noon na mabubuhay ako, ngunit maging isang kaawa-awang at hindi mapagtiis na bagay ako.

Naglaan kami ng sapat na panahon sa Oxford, inaanyayahan ang mga lugar sa paligid nito at sinusubukan ang paghahanap ng mga lugar na mahalaga sa isang labis na kahanga-hanga na panahon sa kasaysayan ng Ingles. Ang aming mga munting pakikipagsapalaran ay madalas na nagtatagal nang mas matagal kaysa sa inaasahan dahil sa patuloy na pagkakasumpungan namin ng mga kapana-panabik na bagay. Sa ilang sandali, naniwala ako na maaari kong mabigyan ang sarili ko ng kalayaan at tapang muli. Ngunit ang kirot ay kumapit sa akin, at bumalik ako sa pagiging takot at walang pag-asa.

251 Umalis kami sa Oxford na may kaunting kalungkutan, at pumunta sa Matlock, ang susunod naming pupuntahan. Ang paligid ng baryo ay tila katulad ng Switzerland, ngunit ito'y mas maliit at walang malalaking puting mga bundok sa malayuan. Pumunta kami upang tingnan ang isang kweba at isang maliit na museo na may mga kawili-wiling bagay mula sa kalikasan. Ito'y nagpaalala sa akin ng mga koleksyon sa Servox at Chamounix. Ang pagbanggit ng Chamounix ay nagpag-alala sa akin dahil sa mga nangyari roon, kaya't agad kong iniwan ang Matlock dahil sa alaala na iyon.

Mula sa Derby, patuloy kaming pumunta sa hilaga at naglaan ng dalawang buwan sa Cumberland at Westmorland. Halos nadama ko na parang nasa mga bundok sa Switzerland ako. Ang mga puting patches ng nieve sa mga bundok, ang mga lawa, at mga bagtak na ilog ay nagbigay sa akin ng pamilyaridad at espesyal na pakiram-dam. Nakilala rin namin ang ilang mga kaibigan na halos pinaaalis sa akin ang aking mga problema at nagpapasaya sa akin. Si Clerval, lalo na, ay tuwang-tuwa sa pagsasama ng mga talented na tao at natuklasan ang mga bagay tungkol sa kanyang sarili. Sabi niya sa akin, "Maaring manatili ako dito magpakailanman at hindi gaanong ma-miss ang Switzerland at ang Rhine."

252 Natuklasan niya na ang pagiging isang manlalakbay ay

nagdudulot ng maraming kaligayahan at kirot. Laging nasa estado ng tensiyon ang kaniyang mga emosyon. Tuwing siya'y nagsisimulang magpahinga, napagtatanto niyang kailangan niyang iwan ang lugar kung saan siya'y namamasyal at magpatuloy sa bagong karanasan. Nakuha niya ang pansin ng bagong bagay na ito, pero pagkatapos ay iniwan niya ito para sa mas bagong mga karanasan.

253   Kamakailan lang, kami ay naglilibot sa mga lawa sa Cumberland at Westmorland at unti-unti kaming naging mahilig sa ilang mga taong naninirahan doon. Gayunpaman, oras na para sa amin na makita ang aming kaibigan mula sa Scotland, kaya kailangan naming umalis at magpatuloy sa aming paglalakbay. Sa personal ko, hindi naman ako gaano lubos na nalungkot sa pag-alis. Aking pinabayaan ang pangako na aking ginawa, at natatakot ako sa reaksiyon ng nilalang kapag ako'y hindi natupad. Nag-aalala ako na maaaring manatili ito sa Switzerland at manghiganti sa aking pamilya. Ang kaisipang ito ay humahabol sa akin at nagpapapahirap na makahanap ng anumang kapayapaan o pahinga. Sa kabang-an, ako'y naghintay nang may kabalisahan sa aking mga sulat, na natatakot sa mga kasamaan kung ito'y maantala. Nang dumating na ng wakas ang mga ito, at nakita kong galing kay Elizabeth o aking ama ang mga ito, halos takot na akong basahin ang nilalaman at malaman kung ano ang mangyayari sa akin. Sa mga pagkakataong iyon, nagdadalawang isip ako na sinusundan ako ng nilalang, handang gawin ang masama sa aking kasama bilang parusa sa aking mga pagkakamali. Sa mga sandaling ito, kasama ko nang malapit si Henry, parang anino, na sinusubukan siyang protektahan mula sa iniisip na galit ng aming kalaban. Pakiramdam ko ay parang may malaking kasalanan ako kahit na ako'y walang sala. Ngunit aking dala sa sarili ang isang malaking sumpa, na katulad ng isang tunay na kasalanan.

254   Pumunta ako sa Edinburgh na pagod at wala masyadong interes. Ngunit kahit ang pinakamalas na tao ay matutuklasan na nakakaakit ang lungsod na iyon. Hindi gaanong nagustuhan ni Clerval ito kumpara sa Oxford dahil mas gusto niya ang pagiging sinauna ng

lungsod. Gayunpaman, binawi ng kagandahan at kahusayan ng Edinburgh's new town, ang romantikong kastilyo nito, at ang kamangha-manghang mga lugar na malapit tulad ng Arthur's Seat, St. Bernard's Well, at ang Pentland Hills, ang pagbabago at nagpunuha sa kanya ng saya at paghanga. Ngunit abala ako na marating ang dulo ng aking paglalakbay.

Isang linggo pagkatapos, iniwan namin ang Edinburgh at naglakbay sa pamamagitan ng Coupar, St. Andrew's, at sa tabi ng Ilog Tay patungo sa Perth, kung saan naghihintay sa amin ang aming kaibigan. Ngunit hindi ako nasa tamang mood upang makipag-usap at makisalamuha sa mga estranghero, o upang maunawaan ang kanilang mga damdamin at mga plano gaya ng isang mabuting bisita. Kaya sinabi ko kay Clerval na nais kong maglakbay sa Scotland mag-isa. "Kayo," sabi ko, "magsaya at magkita tayo rito. Maaaring awas ako ng isang buwan o dalawa, kaya hinihiling ko huwag mong subukan akong kontrolin. Bigyan mo ako ng oras na mag-isa sa kapayapaan at katahimikan. Sana pagbalik ko, ang aking puso ay mas masaya tulad ng iyong sariling kasiyahan."

Sinusubukan ako ni Henry na baguhin ang aking desisyon, ngunit determinado akong ipagpatuloy ang aking plano. Pinakiusapan niya akong manatiling magpadala ng mga liham. Sinabi niya, "Mas gusto kong kasama ka sa iyong mga nag-iisang lakad kaysa sa mga taong Scottish na hindi ko kilala. Magmadali kang bumalik, aking mahal na kaibigan, upang maramdaman ko muli ang pakiramdam ng tahanan. Hindi ko iyon magagawa kapag wala ka."

Noong ika'y nagpaalam sa akin kay Henry, nagpasya akong bisi-tahin ang malayong bahagi ng Scotland at tapusin ang aking trabaho nang nag-iisa. Nasa tiyak ako na ang halimaw ay sumusunod sa akin at magpapakita ng sarili nito kapag natapos na ako, upang magkasama-kami.

Dala ang desisyong ito, naglakbay ako sa mga hilagaing mataas at pumili ng isa sa mga pinakalayong Orkney Islands bilang aking lugar ng trabaho. Ito ang perpektong lugar para sa aking gawain. Ito ay nasa isang layo.

256   Sa buong isla, mayroong lamang tatlong pinabagsak na kubo, at isa sa mga ito ay walang laman nang dumating ako. Inupahan ko ito at natagpuan ko itong nasa napakasamang kondisyon. Ang bubong nito ay naglalaho, ang mga pader ay walang anuman, at ang pinto ay sira. Pinaayos ko ito, bumili ng ilang mga kasangkapan, at naglipat ako. Ang nakakagulat na pangyayaring ito ay hindi masyadong nagdulot ng ingay sa mga naninirahan sa mga kubo, dahil sila ay labis na paanod sa kahirapan at pangangailangan. Halos hindi nila napansin o pinalilibutan ako, at hindi sila masyadong nagpakita ng pasasalamat nang iniaalok ko sa kanila ang pagkain at mga damit. May paraan ang pagtitiis sa pagpapalambot ng kahit ang pinaka-matatag na damdamin.

Sa lihim na lugar na ito, nagtrabaho ako sa umaga. At kapag maganda ang panahon, naglalakad ako sa malalaking batuhan sa tabi ng dagat upang pakinggan ang malalakas na alon. Ito ay isang paulit-ulit ngunit patuloy na nagbabago na tanawing. Iniisip ko ang Switzerland, isang malaking agwat mula sa tahimik at nakakatakot na tanawin na akin ngayon.

257   Sa ganitong paraan, hinati ko ang aking oras noong una akong dumating dito. Ngunit habang patuloy ang aking trabaho, ito ay lalong naging nakakadiri at nakakapagod para sa akin. Minsan, hindi ko kayang pumasok sa aking laboratonyo sa loob ng ilang araw, at sa ibang pagkakataon, nagtrabaho ako buong magdamag upang matapos ang aking ginagawa. Isa itong magulong proseso na ako ay nasasangkot. Sa aking unang eksperimento, ako ay lubusang nadala ng saya kaya hindi ko inalala kung gaano nakakatakot ang trabaho ko. Nakatuon ako sa pagkumpleto ng aking trabaho at hindi pinansin ang kahabag-habag na kinahaharap ko. Ngunit ngayon, bumababa ako dito na may malinaw na pag-iisip, at madalas na nadarama ko ang pagsusuklam sa aking ginagawa.

Sa hindi kanais-nais na sitwasyong ito, ginagawa ko ang pinaka-malalang trabaho at napalibutan ng kalungkutan kung saan walaangmaiwasan ang aking atensyon mula sa ginagawa ko, ang aking emosyon ay naging hindi patas. Ako ay nagkakaroon ng kaba at pagkaabalahan. Sa bawat sandali, takot akong makasalubong ang taong humahabol sa akin. Minsan, ako ay nauupo na may mga mata na nakatitig sa lupa, takot na tumingin paitaas sa kaso na makita ko ang taong kinatatakutan ko. Takot akong mag-isa, kung sakaling darating siya upang bawiin ako.

Samantala, patuloy akong nagtatrabaho, at ako ay naka-paglalakbay na ng maraming hakbang. Inaasahan ko ang pagkumpleto nito na may di-pantay na pag-aasam na hindi ko kayang isailalim sa pagsuot. Ngunit sa parehong oras, mayroong pakiramdam ng isang masamang bagay sa kalagitnaan na guma-gawa sa aking masama ang aking pakiramdam.

CHAPTER XX

 ISANG GABI, ako ay nakaupo sa aking laboratoryo. Ang araw ay naglubog na at ang buwan ay papailanglang pa lamang mula sa dagat. Hindi sapat ang liwanag para sa aking trabaho, kaya't nagpahinga ako upang mag-isip kung dapat ba akong huminto para sa gabi o ipagpatuloy hanggang matapos. Habang nakaupo ako roon, nagsimulang magbulay-bulay ako sa mga bunga ng aking ginagawa. Tatlong taon na ang nakalilipas, ganito rin ang ginagawa ko at nilikha ko ang isang halimaw na nagdulot ng maraming sakit at pagsisisi sa aking buhay. Ngayon, ako ay malapit ng lumikha ng isa pang nilalang, ngunit wala akong ideya kung ano ito magiging. Ang bagong nilalang na ito ay maaaring mas masama pa kaysa sa kaniyang kasama, natatamasa ang kasiyahan sa pagdulot ng pinsala at pighati. Samantalang ang lalakeng nilalang ay nangako na mananatiling malayo sa mga tao at magtatago sa mga disyerto, ang babae ay maaaring hindi gawin ang parehong pangako. Siya, na magiging isang nag-iisip at nagreresonang nilalang, maaaring tanggihan ang kasunduan na ginawa bago pa siya ipinanganak. Maaring magkagalit pa sila. Kahit na ang nilalang na umiiral ay napopoot sa kaniyang sariling kahalayan, maaari na kaya itong lumikha ng mas matinding pagkapoot kapag napakaharap na niya ang isang babae na katulad niya? Maari rin na tanggihan siya ng babae at maakit sa kalikasan ng mga tao. Maaring iwanan siya nito, at siya ay muling mababakla, na pakiramdam pa ng mas malalim na poot dahil sa isa na namang kanyang tahanan ay kanyang iniwan.

259   Kahit na aalis sila sa Europa at mamuhay sa mga disyerto ng bagong lupain, may mga konsekwensya pa rin sa mga pagnanasa ng halimaw. Sila'y magkakaroon ng mga anak, at ang mga anak na ito ng kasamaan ay maaaring magpasapanganib at magdulot ng kawalang-katiyakan para sa lahat ng mga tao. Tama ba na dinala ko ang sumpang ito sa mga susunod na henerasyon para sa aking pansariling kapakanan? Noong una, ang mga mapang-akit na argumento ng aking nilikhang halimaw ay nagpapakumbaba sa akin, at ang kanyang nakapangingilabot na mga banta ay nag-iwan sa akin ng walang sasabihin.

Nanginginig ako at bumagsak ang aking puso nang tumingin ako sa taas at nakita ko ang halimaw sa bintana sa liwanag ng buwan. Niyugnaw ang kanyang mga labi sa nakatatakot na ngiti. Ngayon, dumating na siya upang obserbahan ang aking progreso at hingin na tuparin ko ang aking pangako.

260   Tumayo ako at tiningnan siya, at may napakataas na malisyoso at mapanlinlang na ekspresyon sa kanyang mukha. Naalala ko ang aking pangako na lumikha ng isa pang nilalang katulad niya, at ako ay napuno ng poot at takot. Sa isang pagsigaw ng init ng damdamin, galit na hinila ko ang bagay na aking kinakalikitan. Nakita ng halimaw na iginiit ko ang pagkawasak ng nilalang na siya ay umaasa para sa kanyang kinabukasan na kaligayahan. Niyakap niya ang isang sigaw ng disperasyon at paghihiganti, at pagkatapos ay umalis.

Ako ay lumabas ng silid at sinara ang pinto sa likuran ko. Ginawa ko ang pangako sa aking sarili na hindi na ako magpapatuloy sa aking gawa. Pumunta ako sa aking kwarto.

Lumipas ang ilang oras at ako ay nanatili sa aking bintana, tinitingnan ang dagat. Tahimik at payapa ito. Nararamdaman ko ang katahimikan sa paligid ko, bagaman hindi ko lubos na nauunawaan kung gaano kahaba at malalim ito. Biglang napukaw ang aking pansin sa tunog ng mga bangka na lumalampas malapit sa dalampasigan, at nakita ko ang isang dumating sa aking tahanan.

Sa loob lamang ng ilang minuto, naririnig ko ang pagkiskis ng aking pinto, parang sinisikap itong buksan nang tahimik. Napasisindak ako sa takot, at nadarama kung sino ito maaaring maging. Gusto kong gisingin ang isa sa mga kalapit na magsasaka na naninirahan sa isang kubo na hindi kalayuan sa akin. Ngunit pakiramdam ko'y lubusan akong walang kapangyarihan, tulad sa mga nakakatakot na panaginip kung saan sinusubukan mong tumakas sa panganib ngunit hindi makagalaw.

Di maglaon, naririnig ko ang mga hakbang na lumalapit mula sa daanan. Bumukas ang pinto, at ang kinatatakutan kong nilalang ay nakatayo sa harap ko. Isinara niya ang pinto at lumapit, na nagsasalita ng paos na tinig.

"Nilipol mo ang bagay na iyong sinimulan. Ano ang plano mo ngayon? Talagang tatalikuran mo ang iyong pangako? Naranasan ko ang napakaraming hirap at pagdurusa. Kasama kita mula Switzerland, at dumaan tayo sa Rhine, nagdaan sa mga isla at mga burol nito. Naglaan ako ng maraming buwan sa mga moors ng England at mga disyerto ng Scotland. Matagal ko nang pinagtiisan ang pagod, lamig, at gutom. Tatalikuran mo ba talaga ang lahat ng aking pag-asa?"

"Umalis ka! Tinatanggap kong sinira ko ang aking pangako. Hindi na ako magtatangka pang lumikha ng isa pang nilalang katulad mo, na nakakatakot at masama."

"Alipin, sinubukan ko nang makipagtalo sa iyo, ngunit ipinakita mo na hindi mo nararapat ang aking kabutihan. Tandaan, ako ay may kapangyarihan. Maaaring iniisip mo ngayon na ikaw ay malungkot, ngunit maari kitang gawing napakasama-hinakit na mamumuhi ka sa liwanag ng araw. Baka ako'y nilikha mo, ngunit ako ang iyong panginoon. Sumunod ka sa akin!"

"Napatapos na ang panahon ng aking pag-aalinlangan, at

ngayon ikaw ang may kapangyarihan sa akin. Hindi ako mapapadala ng iyong mga banta; sa halip, lalo lamang nito pinatatatag ang aking kahandaang huwag lumikha ng kasama para sa iyo sa kasamaan. Dapat pa ba akong magpakawala ng isang halimaw sa mundo na natutuwa sa kamatayan at kalungkutan? Lumayas ka! Ako ay matatag at ang iyong mga salita ay lalong magpapahimok lang sa akin na maging galit."

Nakita ng nilalang ang aking determinasyon sa aking mukha at nagalit ito, nagngingisngis na wala itong magawa. "Dapat bang ang bawat tao ay makahanap ng asawa, at bawat hayop ay makahanap ng pakakasalan, samantalang ako ay iniwan na nag-iisa? Nagkaroon ako ng puso, ngunit ito'y tinatanggap ng poot at pagtanggi. Tao! Maaaring kayong magalit, ngunit mag-ingat kayo! Ang inyong mga oras ay puno ng takot at kalungkutan, at malapit na magkaroon ng isang sakuna na magwawasak ng inyong kaligayahan nang palagi. Masasaya ka ba habang ako ay lubusang nagdurusa? Maaaring iyong puksain ang aking iba pang mga damdamin, ngunit ang paghihiganti ay mananatili - ang paghihiganti, ngayon ay higit na mahalaga sa akin kaysa sa anumang bagay. Maaaring mamatay ako, ngunit bago ang pagkamatay ko, ikaw, aking tagapagpahirap at mananakit, ay sumpain ang araw na saksi sa iyong kahirapan. Mag-ingat ka sapagkat ako ay matapang at kaya'y malakas. Itatanod kita nang parang isang marurunong na ahas, handang sumalakay gamit ang kanyang lason. Tao, ikaw ay magsisisi sa pagsasapit ng kasamaan na iyong idudulot."

"Yawa, huminto ka! Huwag mong punuin ang hangin ng mga malisyosong salita. Malinaw ang aking desisyon sa iyo, at hindi ako isang duwag na susuko sa mga salita lamang. Lumisan ka; ako ay matigas."

"Sige, nauunawaan ko. Aalis ako, pero tandaan mo, kasama kita sa gabi ng iyong kasal."

Agad akong lumapit at sumigaw, "Kriminal! Bago mo ipinatatak sa akin ang aking kapalaran, siguraduhin mong ikaw rin ay ligtas."

Gusto ko siyang hawakan, ngunit biglang nakawala siya mula sa akin at nagmadaling umalis ng bahay. Sa loob lamang ng ilang sandali, nakita ko siya sa kanyang bangka, nagmamadali sa ibabaw ng tubig at sa wakas ay nawala sa mga alon.

Naging tahimik muli ang lahat, ngunit ang kanyang mga salita ay nag-echo sa aking mga tenga. Labis akong nagalit sa ideya na habulin ang taong sumira sa aking kaligayahan at ihagis siya sa karagatan. Naglakad-lakad ako sa aking silid, nadarama ang kawalan ng katahimikan at abala, samantalang ang aking isip ay bumuo ng maraming nakaiinis na imahe. Bakit hindi ko siya sinundan at nakipaglaban na lamunin? Ngunit pinakawalan ko siya, at patungo siya sa pangunahing lupa. Nakakatakot isipin kung sino ang maaaring maging susunod na biktima ng kanyang walang-humpay na paghihiganti. At saka, ang kanyang mga salita ay nag-echo muli sa aking isipan, "Kasama kita sa gabi ng iyong kasal." Yaon ang oras kung kailan matutupad ang aking kapalaran. Sa oras na iyon, mamamatay ako, salubungin ang kanyang kalupitan at tapusin ito. Hindi ako natatakot sa kaisipang yaon, ngunit kapag isinasaalang-alang ko ang aking minamahal na si Elizabeth - ang kanyang mga luha at walang-humpay na kalungkutan kapag natuklasan niyang inagaw nang malupit ang kanyang minamahal - mga luha, ang unang tumulo mula sa akin ng mga buwan, dumaloy sa aking mukha, at ipinangako kong hindi aalis nang walang mapait na paglaban sa aking kaaway."

Habang ang gabi ay naglaho at ang araw ay sumilay mula sa dagat, unti-unti nang nagpapakalma ang aking mga damdamin, bagamat mahirap sabihin na tahimik ito kapag ang galit ay umiiral na dulot ng kawalan ng pag-asa. Iniwan ko ang bahay, ang nakaka-pangingilabot na lugar kung saan naganap ang hidwaan kagabi at lumakad sa tabing-dagat. Nakita ko ang dagat bilang isang harang na naghihiwalay sa akin sa iba, at isang sandali nga, pinagnanasaan ko pa nga tunay ito. Nais ko sanang mamuhay sa isang malayong bato upang iwasan ang anumang biglang kalungkutan.

Gabi-gabi akong gising, ang aking mga nerbiyos ay nababaliw, at ang aking mga mata ay namamaga dahil sa pagod at kalungkutan.

Ang pagkakatulog na ipinagtapat ko ay nagdulot ng mga bagong lakas, at nang magising ako, muli kong naramdaman na ako ay isang bahagi ng sangkatauhan. Sinimulan ko ngayong isipin ang mga nangyari ng may kaunting kahinahunan. Gayunpaman, ang mga salitang sinabi ng halimaw ay paulit-ulit na tumutunog sa aking mga tenga, parang hudyat ng kamatayan, na pakiramdam ay isang panaginip ngunit sadyang mabigat na realidad.

265   Naglubog na ang araw, at ako ay nakaupo pa rin sa tabing dagat, kumakain ng simpleng puto, sa desperadong kalagayan. Bigla, may isang bangkang pangingisda na dumaong malapit sa akin, at binigyan ako ng isang pakete. Ito ay mga sulat mula sa Geneva, at isa rito ay mula sa aking kaibigang si Clerval, na nag-aanyayang sumama sa kanya. Sinabi niya na siya ay nasayang lang ang oras sa kanyang kinatatayuan at ang kanyang mga kaibigan sa London ay gusto siyang bumalik upang ipagpatuloy ang kanilang negosyong pang-trade sa India. Hindi na siya makapaghintay pa na umalis, at gusto niya ako na sumama sa kanya. Nagmungkahi siya na iwanan ang aking lugar na kung saan ako nag-iisa at makipagkita sa kanya sa Perth, upang maglakbay kami sa timog ng magkasama. Ang liham na ito ay nagbigay sa akin ng kaunting pag-asa, at nagpasya ako na aalisin sa isla pagkaraan ng dalawang araw.

266   Subalit bago ako umalis, may isang bagay na ayaw kong harapin: kailangan kong balutan ang aking mga kemikal na kagamitan. Ibig sabihin nito, kailangan kong pumasok sa silid kung saan ako naglalagay ng aking mga nakakadiring impremento na ikinapapangilabot ko pa lang pagmasdan. Kinabukasan sa unang pagkakataon na umaga na, nagtipon ako ng tapang at binuksan ang pinto ng aking laboratoryo. Ang mga piraso ng nilalang na aking ginawa ngunit winasak ay nasa pagkalat sa sahig. Parang nasaktan ko ang isang tunay na tao. Bumigay ako sa sandaling malumanay ang aking loob at saka ako pumasok. Habang nanginginig ang aking mga kamay, ibinaba ko ang mga kagamitan mula sa silid. Ngunit alam ko na hindi ko puwedeng iiwan ang mga ebidensiya ng aking ginawa upang madiskubre at katakutan ng mga tao sa nayon. Kaya

ipinatong ko ang mga kagamitan sa isang basket kasama ang mga malalaking bato. Plano kong itapon sila sa dagat ng gabing iyon mismo. Samantala, nakaupo ako sa tabing-dagat, naglilinis at nag-aayos ng aking mga kemikal na kagamitan.

267 Walang ibang mas kumpletong pagbabago kaysa sa pagbabago sa aking damdamin mula nang lumitaw ang halimaw na iyon sa gabi. Noon, tingin ko sa aking pangako bilang isang bagay na kailangang gawin, alinman pa. Ngunit ngayon, parang natanggal ang isang tabing mula sa aking mga mata at malinaw na nakikita ko. Hindi ko man lang naisip na ipagpatuloy ang aking trabaho. Ang babala na aking narinig ay umiikot pa rin sa aking isipan, ngunit hindi ko inisip na may magagawa ako upang maiwasan ito. Nagpasya ako na ang paglikha ng isa pang halimaw tulad ng una ay isang napakasakim at masasamang gawain. Tinalikuran ko ang anumang mga saloobin na maaaring magdulot sa akin ng ibang pag-iisip.

268 Alas-dos o alas-tres ng madaling-araw, ang buwan ay nagsimulang umakyat. Nagkumpol ako ng mga gamit ko at sumakay sa isang maliit na bangka, lumayo mga apat na milya palayo sa baybayin. Ganap na tahimik at walang tao. May ilang bangka na papunta na sa lupa, ngunit ako ay lumayo pabaligtad. Nararamdaman ko na parang gagawin ko ang isang masamang bagay, kaya ayaw kong makakita ng ibang tao. Bigla, ang buwan, na dati'y malinaw, ay nawala sa likod ng makapal na ulap. Madilim na madilim, at aprove na itapon ang aking basket sa dagat. Nakinig ako sa tunog ng pagsisid nito at pagkatapos ay sumagwan paalis. Ang langit ay namumulaklak, ngunit ang hangin ay malamig at sariwa mula sa silangan, ito ay nagdulot sa akin ng magandang pakiramdam, kaya't nagpasya akong manatiling nasa dagat nang mas matagal pa. Tinakda ko ang timon sa isang tuwid na posisyon at hinigaan ang sarili ko sa ilalim ng bangka. Sa pagkakataong ito na ang buwan ay nakatago at lahat ay madilim, ang maririnig ko lamang ay ang tunog ng bangka na dumudulas sa mga alon. Ang tunog na ito ay nagpapakalma sa akin, at bago ko man malaman, ayang natutulog na ako.

269 Hindi ako sigurado kung gaano katagal ako natulog, pero nang

magising ako, nakita kong mataas na ang araw sa langit. Malakas ang hangin at patuloy na dumudulas ang mga alon sa aking maliit na bangka, kaya ako ay nag-aalala. Natanto ko na ang hanging mula sa hilagang-silangan ang humihipo at malamang na nagdala sa akin nang malayo mula sa pampang kung saan ako nagsimula. Sinubukan kong baguhin ang aking direksiyon, ngunit mabilis na nagpupuno ng tubig ang bangka kapag sinubukan ko. Kaya, ang tanging opsyon ko ay hayaan ang hangin na ihatid ako. Kailangan kong aminin, medyo takot ako. Wala akong kompas sa aking dala, at hindi ko masyadong kilala ang lugar na ito, kaya hindi masyadong nakatulong ang araw. Maaring ako'y mapadpad sa malawak na Karagatang Atlantiko, nagdaranas ng gutom at uhaw, o malunod sa malalaking alon sa paligid ko. Ako'y matagal nang nakalabas, at simula nangag-alab ang aking uhaw, na iyon pa lamang ang simula ng aking mga problema. Tumingala ako sa maulap na langit, at tila ang mga ulap ay tumatakbo palayo sa hangin, at kapalit ng mga iba pang ulap. Tiningnan ko ang dagat, at parang magiging huling hantungan ko na ito. "Halimaw," sigaw ko, "nakumpleto mo na ang iyong masamang plano!" Naisip ko si Elizabeth, ang aking ama, at si Clerval, na iniwan at sa kapahamakan sa mga malupit at walang habag na pagnanasa ng halimaw. Ang ideyang ito ay nagdulot sa akin ng lubhang kalungkutan at takot, na kahit ngayon, sa sandaling nalalapit na ang wakas, ako ay nanlalamig sa takot sa ating pinag-uusapang hudyat.

270

Pagkaraan ng ilang oras, kumalma ang hangin at bumaba ang alon ng dagat. Naramdaman kong nahihilo ako at malakas ang pagka-uhaw sa pagod, pero biglang napansin ko ang lupa sa timog.

Kahit na pagod na ako at sa loob ng maraming oras na nagdaan ako sa kawalan ng katiyakan, ang biglang pagkamalay na maaaring mabuhay ako ay pumuno sa akin ng labis na kaligayahan at nagpaiyak sa akin.

Iba talaga ang ating mga emosyon, paano ito nagbabago nang mabilis at kahit sa gitna ng pagdurusa, mahigpit na hinahawak natin ang pag-ibig natin sa buhay! Gamit ang isang bahagi ng aking kasuotan, ginawa ko ang isa pang layag at masayang nagpaliko papunta sa lupa. Sa simula, tila matarik at mabato ito, ngunit habang lumalapit ako, nakakita ako ng mga palatandaan ng pamayanan ng tao. May mga bangka malapit sa baybayin, at naramdaman ko ang isang pakiramdam ng kasiyahan sa pagiging malapit na muli sa sibilisasyon. Sinundan ko nang malapitan ang hugis ng lupa at nakakita ng isang kampanaryo ng simbahan na lumalabas sa likod ng isang maliit na burol. Dahil lubhang mahina ako, nagpasya akong tuwing iikot sa bayan, umaasa na mamalasahan ang pagkain doon. Swerte naman, may dala akong pera sa akin. Habang pinapalibutan ko ang burol, binati ako ng isang maliit at maayos na bayan at ng isang malugod na daungan. Pumasok ako sa daungan na puno ng kaligayahan at pagpapasalamat para sa aking hindi inaasahang pagtakas.

271   Habang abala ako sa pagtatrabaho sa bangka at sa paghahanda ng mga layag, ilang tao ang nagkatipon sa paligid. Mukhang nagulat sila nang makita ako, ngunit sa halip na mag-alok ng tulong, nagbulungan sila at gumawa ng mga galaw na maaaring mag-alala sa akin sa ibang pagkakataon. Ngunit dahil nakatuon ako sa ginagawa ko, napansin ko lamang na nagsasalita sila ng Ingles. Kaya, nagsalita ako sa kanila ng Ingles at nagtanong, "Paumanhin, maaari niyo bang sabihin sa akin ang pangalan ng bayang ito at kung saan ako naroroon?"

"Malalaman mo din sa madaling panahon," sagot ng isang lalaking may malakas na tinig. "Marahil nandito ka sa isang lugar na hindi mo magugustuhan, ngunit wala kang magagawa kung saan ka man manatili, pinapangako ko 'yan."

Labis akong nagulat sa napakabastos na sagot na ito mula sa isang estranghero, at hindi komportable sa pagkakakita sa galit na mga mukha ng kanyang mga kasama. "Bakit kayo nagsasalita sa akin nang ganito ka-istrikto?" tugon ko. "Tiyak na hindi ganyan ang paraan ng mga Ingles na tratuhin ang mga dayuhan."

"Hindi ko alam," sabi ng lalaki, "kung ano ang kaugalian ng mga

Ingles, ngunit kaugalian ng mga Irlandes ang hindi magustuhan ang mga tunay na magdaraya."

272   Habang abala ako sa pagsasagawa ng mga gawaing sa bangka at paghahanda ng layag, dumami ang mga taong nagtitipon sa paligid. Mukhang nagtaka sila sa pagkakakita sa akin, pero sa halip na mag-alok ng tulong, nagbulungan sila at gumawa ng mga galaw na maaaring magpabahala sa akin sa ibang pagkakataon. Ngunit dahil nakatuon ako sa aking kinahihinatnan, halos hindi ko napansin na nagsasalita sila ng Ingles. Kaya't, nakipag-usap ako sa kanila gamit ang Ingles at nagtanong, "Paumanhin po, maaari niyo bang sabihin sa akin ang pangalan ng bayang ito at kung nasaan ako?"

"Malalaman mo rin iyan," sagot ng isang lalaki na may malalim na boses. "Baka napadpad ka sa isang lugar na hindi mo gaanong magugustuhan, pero hindi ka magkakaroon ng laban sa kung saan ka man mapabilang, asahan mo iyan."

Ako'y nagulat sa ganitong bastos na sagot mula sa isang estranghero, at nadama ko ang kaba nang makita ang galit na mukha ng kanyang mga kasama. "Bakit mo ako pinagsasalitaan ng ganoon?" tugon ko. "Tiyak na hindi ganyan ang pagtrato ng mga Ingles sa mga hindi nila kakilala."

"Hindi ko alam," sabi ng lalaki, "kung ano ang kustombre ng mga Ingles, pero kustombre ng mga Irish na hindi magustuhan ang mga kawatan."

Samantala, habang nagpapatuloy ang nakakabagabag na pag-uusap, dumami pa lalo ang mga taong sumali sa kanilang grupo. Sa kanilang mga mukha, makikita ang halong katiwalian at galit, na nag-aalala sa akin at nagdudulot ng konting pangamba. Humiling ako ng tulong para makahanap ng tahanan pero walang sumagot. Sa gayon, nagpasya akong magpatuloy na lumakad. Sumunod ang mga tao sa akin at napalibutan ako, na sanhi ng isang tahimik na ingay. Kasunod nito, lumapit sa akin ang isang kaduda-dudang lalaki at hinaplos ang aking balikat. Sinabi niya, "Halika na, mangyari lamang na sumama ka sa akin para makita si Ginoong Kirwin at ipaliwanag ang iyong sarili."

"Sino si Ginoong Kirwin? Bakit kailangan kong ipaliwanag ang sarili ko? Hindi ba malayang bansa ito?" tanong ko.

"Oo, ginoong ito, sapat na malaya para sa mga taong may integridad. Si Ginoong Kirwin ay isang husgado, at kailangan mong ipaliwanag kung ano ang nangyari sa isang taong natagpuang patay dito kagabi."

Ang sagot na ito'y nagulat sa akin, ngunit mabilis ko rin namang naisama ang aking sarili. Alam kong ako'y walang sala at madali kong mapapatunayan iyon. Kaya't sumunod ako sa lalaki nang walang sinasabi at dinala ako sa isa sa mga pinakamagandang bahay sa bayan. Pagkatapos ng lahat ng pinagdaanan ko, ako'y pagod at gutom na, ngunit dahil napalilibutan ako ng mga taong nagmamasid, sinikap kong mabuhay sa sarili kong lakas. Ayokong magkaroon ang sinuman ng malisya na aking pagkapagod ay nagmula sa takot o pagkakasala. Maliit na alam ko sa sandaling iyon ang kahindik-hindik na kapalaran na naghihintay sa akin, na sa madaling panahon ay magdudulot sa akin ng kabuhayan at kapighatian, na susupil sa anumang takot sa hiya o kamatayan.

Kailangan kong huminto dito, sapagkat nagawa ko ang malaking tapang na maalala ang mga nakakatakot na pangyayari na aking ihahayag ng detalyado.

CHAPTER XXI

273   Ako ay agad na dinala upang makilala ang husgado, isang matandang mabait na lalaki na may magiliw na paraan. Tumingin siya sa akin nang may kaunting seryosong pamumukha. Pagkatapos, humarap siya sa mga taong nagdala sa akin at nagtanong kung sino ang magbibigay ng kanilang salaysay bilang mga saksi.

274   Naglabas ng mga pito o anim na lalaki. Pinili ng hukom ang isa sa kanila na magsalita. Sinabi niya na nakikipagpangingisda siya kahapon ng gabi kasama ang kanyang anak na lalaki at bayaw na si Daniel Nugent. Maliwanag ng mga alas-diyes ng gabi, napansin nilang may malakas na hangin na nagmumula sa hilaga, kaya nagpasya silang bumalik sa pantalan. Dahil ito ay isang madilim na gabi na wala ang buwan, hindi sila nagdoktrin sa baybayin kundi pumunta sila sa isang mas maliit na lugar na mga dalawang milya ang layo. Ang lalaki ang unang naglakad, dalawang bilyet matapos ay kasunod na silang lahat. Habang siya ay naglalakad sa buhangin, aksidenteng natapilok siya at nahulog. Nagmamadali ang kanyang mga kasama upang tulungan siya, at gamit ang kanilang ilaw, nakita nilang siya ay nahulog sa tuktok ng isang taong tila patay. Sa una, inakala nila na ito ay maaaring ang bangkay ng isang nalunod at

sinipol sa dalampasigan, ngunit kapag mas malapitang pinuntirya nila, natuklasan nilang tuyo ang mga kasuotan nito at hindi malamig ang katawan nito. Dinala nila ang bangkay sa isang dahonan ng matandang babae malapit doon, umaasa na maibuhay pa ito, ngunit wala ring nangyaring paggaling. Mukhang malayo pa ang ikanyang pinagsisilbihan at mga dalawampu't limang taon gulang. Tilang siya ay strangled dahil sa mga marka ng daliri sa kanilang leeg.

275   Ang unang bahagi ng sinabi ng taong ito ay hindi gaanong nagpatibok sa aking interes. Ngunit nang banggitin nila ang mga bakas ng hinlalaki, naalala ko ang pagpatay sa aking kapatid at biglang sumagi sa aking isipan ang matinding kalungkutan. Nagsisimulang manginig ang aking mga binti, at nagkaroon ako ng panlalabo ng paningin. May masamang kutob ako, at nang makita ako ng husgado, malalaman ko na iniisip na niya ang isang malagim na bagay.

Kasunod nito, kinumpirma ng anak ang sinabi ng kanyang ama. Pagkatapos ay tinawag si Daniel Nugent upang magpatotoo. Ipinanumpa niya na sa mismong sandali bago mahulog ang kanyang kaibigan, nakita niya ang isang bangka na may iisang tao lamang dito, hindi kalayuan sa baybayin. At batay sa kanyang nakita sa ilaw ng ilang mga bituin, pinaniniwalaan niya na ito ay ang parehong bangka kung saan ako lamang nagmula.

Ang isa pang babae na nakatira malapit sa dalampasigan ay nagbigay rin ng kanyang patotoo. Sinabi niya na mga isang oras bago niya narinig ang balita tungkol sa natagpuang bangkay, nakakita siya ng isang bangka na may iisang tao lamang dito na lumalayag mula sa bahagi ng baybayin kung saan natagpuan ang bangkay.

Kinumpirma rin ng isa pang babae ang sinabi ng mga mangingisda tungkol sa pagdadala ng bangkay sa kanyang bahay. Hindi pa malamig nang ilapag nila ito sa kama at sinubukan itong buhayin. Lumapit si Daniel upang kunin ang isang duktor, ngunit ito'y nalagpasan na ng oras. Ang tao ay namatay na.

276   Nagtangka silang tanungin ang iba pang mga lalaki tungkol sa

aking pagdating. Sumang-ayon sila na dahil sa malakas na hilagang hangin na dumating noong gabing iyon, malamang na naglayag ako nang matagal at nagtapos na babalik sa kung saan ako nagsimula. Nakapansin rin sila na tila dinala galing sa ibang lugar ang katawan, at dahil sa mukhang hindi ko kilala ang lugar, posible na dumating ako sa daungan nang hindi ko namamalayan na malayo ang bayan ng * * * mula sa kinaroroonan ko noong iniwan ko ang katawan.

Matapos marinig ang patotoo na ito, nagpasya si Ginoong Kirwin na dalhin ako sa silid kung saan inaayos ang katawan para sa libing upang makita kung paano ako magre-react. Marahil, inisip niya na batay sa aking reaksyon noong ibinalita nila ang pagpatay, magkaka-roon ng epekto sa akin ang pagkakakita sa katawan. Sinamahan ako ng hukom at ng ilang iba pang mga tao sa kanyang tahanan. Hindi maiwasang mapansin ko ang mga kakaibang kawilihan na nangyari sa makasaysayang gabing iyon. Ngunit dahil alam ko na nakausap ko ang ilang tao sa isla sa oras ng pagkatagpuan ng katawan, hindi ako nag-alala sa mga susunod na mangyayari.

Pumasok ako sa silid kung saan inilagay ang katawan at ako'y dinala sa kabaong. Hindi ko maipaliwanag kung gaano ako nasaktan nang aking makita ito. Hanggang ngayon, bumabangon pa rin ang takot at nagpapalagay sa akin naalala ang napakasamang sandali na iyon. Ang eksaminasyon, ang pagkaparoon ng hukom at mga saksi, lahat ay nawawala sa aking alaala nang aking makita ang katawan ni Henry Clerval na walang buhay sa harap ko. Hindi ako makahinga, at ako'y napahiga sa katawan, nagsasabing, "Ang aking masamang mga plano ba ay iyong kinuha rin, aking pinakamamahal na Henry? Ako'y nagwasak na ng dalawa; may mga hinihintay pang ibang biktima: ngunit ikaw, Clerval, aking kaibigan, aking tagapagtanggol-

Hindi ko na matiis ang hirap at ako'y pinalabas sa silid habang ako'y nagkakasakit na may malalakas na pagsigaw.

Matapos iyon, nagkaroon ako ng lagnat. Ako'y nasa panganib ng kamatayan sa loob ng dalawang buwan. Sa mga sumunod na araw, aking natutunang sinasabi ko ang mga kahalayan sa aking maling pag-iisip. Tinawag ko ang aking sarili bilang mamamatay-tao ni William, Justine, at Clerval. Minsan, aking pinamamanhikan ang mga taong umaalaga sa akin na tulungan akong puksain ang halimaw na bumibiktima sa akin. Sa ibang pagkakataon, nararamdaman ko ang higpit ng mga daliri ng halimaw sa aking leeg, at ako'y sumisigaw sa kirot at takot. Pinakamasuwerte na si G. Kirwin lang ang nakaintindi sa akin dahil ako'y nagsasalita sa aking sariling wika. Ngunit ang aking mga malayang kilos at mga sigaw ay ikinatakot ng iba pang mga saksi.

278   Bakit di ako namatay? Ako ay lalong malungkot kaysa sa sinuman buhat pa kay sa ngayon. Bakit hindi na lamang ako nakalimot at nagpapahinga? Ang kamatayan ay nangangagaling sa maraming batang bata, ang tanging pag-asa ng kanilang mga nagmamahal na magulang. Gaano karaming binatilyo at musmos na nagmamahal ang nagbago mula sa kahapon na puno ng kalusugan at pag-asa at nangyari ang kanilang pagkain sa mga uod at kanilang nawala sa libingan ang susunod na araw! Ano nga ba ako na matibay na nagtitiis ng ganitong klaseng kirot, parang isang di-matapos na pagdurusa?

Subalit ang tadhana ko ay ang mabuhay. Matapos ang dalawang buwan, nagising ako mula sa isang dating akala ko'y panaginip, ngunit ako ay nasa loob pala ng bilangguan. Ako ay nakahiga sa isang kahabag-habag na higaan, kasama ang mga bantay, mga susi, mga kandado, at lahat ng karumal-dumal na mga bagay na matatagpuan sa isang kulungan. Umaga noong ako'y magising at nagsimulang unawain ang nangyari. Hindi ko maalala ang lahat ng mga detalye, ngunit mayroon akong pakiramdam na isang bagay na napakasama ang nangyari sa akin. Nang tumingin ako sa paligid at makita ang mga bakalang bintana at ang maruming silid na aking kinalalagyan, ang mga alaalang bumalik at hindi ko mapigilan ang pagngiyaw ng panghihinaing.

279   Nagising ang isang matandang babae dahil sa tunog na iyon na natutulog sa isang upuan malapit sa akin. Siya ay isang nars na inupahan upang alagaan ako. Ang mukha niya ay nagpapakita ng

lahat ng masasamang katangian na madalas makita sa mga taong katulad niya. Ang kanyang mukha ay mukhang matigas at magaspang, tulad ng isang taong sanay na makakita ngunit hindi nag-aalala sa mga malulungkot na bagay. Ang boses niya ay nagkakaroon ng pamilyar na tunog, parang mayroon akong narinig noong mga oras na mahirap ang aking buhay.

"Mas nakakaramdam ka na ba ng kaunti ng ginhawa, ser?" tanong niya sa akin sa Ingles.

Mahina kong sinagot sa parehong wika, "Sa tingin ko, oo, pero kung totoo ang lahat, kung hindi lamang ito isang panaginip, patawad kung buhay pa ako upang maramdaman ang kabagabagan at karima-rimang ito."

"Tungkol doon," sagot ng matandang babae, "kung pinag-uusapan mo 'yung taong iyong pinatay, mas magiging mabuti siguro sa'yo kung patay ka na. Kalalagayan mo'y magiging napakahirap! Ngunit hindi 'yon ang aking iniisip. Nandito ako upang alagaan ka at tulungan kang gumaling. Ginagawa ko ang aking trabaho na may malinaw na budhi. Maganda sana kung lahat ay gagawa ng gayundin."

Tinurnuhan ko ang babae na may pagkadiri. Paano niya masasabi ang mga salitang walang puso sa isang tao na bago lamang naligtas mula sa gilid ng kamatayan? Ngunit ako ay napakahina upang isipin ang lahat ng mga nangyari. Parang panaginip sa akin ang buong buhay ko. Minsan nagdududa ako kung totoo nga ba ito, dahil hindi ito nararamdaman ng tunay sa aking isip.

280 Sa pagkakakita ko ng mga mas malinaw na larawan sa aking isip, naramdaman ko ang tindi ng lagnat. Ako ay napalibutan ng kadili-man, walang sinuman na nagmamahal o sumusuporta sa akin ng may maalagang kamay. Dumating ang doktor at nagreseta ng gamot, ngunit ang matandang babae na naghanda nito ay matataray ang tingin sa akin. Wala talagang nag-aalala sa akin.

Ito ang mga unang naging iniisip ko, ngunit agad kong natuklasan na ipinakita sa akin ni Ginoong Kirwin ang napakalaking kabutihan. Nag-ayos siya para sa pinakamahusay na kuwarto sa bilangguan na ihahanda para sa akin, kahit na ang pinakamahusay ay malungkot. Naglaan din siya ng isang doktor at isang nars. Hindi siya madalas bumisita sa akin, sapagkat hindi niya nais matingnan ang paghihirap at marinig ang masakit na mga saloobin ng isang mamamatay-tao. Tumutungo lamang siya paminsan-minsan upang tiyakin na hindi ako pinapabayaan, ngunit maikli at malalang pagitan ang kaniyang pagdalaw.

281   Isang araw, nang unti-unti na akong gumagaling, nakaupo ako sa isang upuan na may mga mata na napakalahin, at ang aking maputlang pisngi ay kamukha ng isang taong patay. Punong-puno ako ng kalungkutan at pagdurusa, at madalas kong maisip na mas mabuti pang humanap ng kamatayan kaysa manatili sa isang mundo na tila malugmok sa kalungkutan. Sa isang sandali, isinipag-isip ko na isumpa ang aking kasalanan at harapin ang parusa ng batas, kahit na hindi ako ganap na walang sala tulad ni kawawang Justine na naapi nang walang katarungan. Iyan ang mga nasa isip ko nang bumukas ang pintuan ng aking silid at pumasok si Ginoong Kirwin. Tila may habag at pag-aalala ang kanyang mukha. Inilapit niya ang isang upuan malapit sa akin at nagsalita sa akin ng salitang Pranses,

"Iniisip kong dapat nakakabahala talaga para sa iyo ang lugar na ito. Mayroon ba akong magagawa upang gawin kang mas kumportable?"

"Salamat, pero walang anumang maaaring maiaalay mo sa akin na may saysay. Wala akong kakayahang tanggapin ang anumang kaginhawahan sa mundo."

"Naiintindihan kong ang kahabagan ng isang estranghero ay maaaring magdulot lamang ng konting ginhawa sa isang taong nabulid sa gayong kakaibang kapalaran tulad mo. Ngunit umaasa ako na lalabas ka na sa malungkot na pook na ito, sapagka't nanini-wala ako na may ebidensiyang makapagpapawalang-sala sa iyo mula sa paratang na ibinabato sa iyo."

"Iyan ay isa sa mga huling bagay na inaalala ko. Sa pamamagitan ng mga kahindik-hindik na pangyayari, ako ay naging pinakamalungkot na tao sa mundo. Sa lahat ng pag-uusig at kalupitan na aking dinanas, tunay bang masasabing masama ang kamatayan sa akin?"

282 "Wala nang mas malas at masakit pa kaysa sa mga kakaibang pangyayari na naganap kamakailan. Isang nagugulatang aksidente ang nagdala sa iyo sa mapagmahal na pampaligo na ito, ngunit agad kang hinuli at inakusahan ng pagpatay. Ang unang bagay na iyong nakita ay ang bangkay ng iyong kaibigan, pinaslang sa isang paraan na walang kabuluhan, halos tila isinadyang ilagay ito sa iyong harap ng isang masamang lakas."

Habang nagsasalita si G. Kirwin, naramdaman ko ang kaguluhan dahil sa pagbabalik-tanaw sa aking pagdurusa at ang pagkamangha sa kanyang kaalaman tungkol sa akin. Marahil ay nagpakita ang aking mukha ng pagtataka dahil agad na idinagdag ni G. Kirwin,

"Noong ika'y nagkasakit, ibinigay sa akin ang lahat ng mga papel na nasa iyo. Sinuri ko ang mga ito na umaasa na makakakita ako ng anumang palatandaan na magpapahintulot sa akin na ipabatid sa iyong pamilya ang iyong kapalaran at karamdaman. Natagpuan ko ang ilang mga liham, kasama na ang isa mula sa iyong ama, na agad kong nakilala sa pamamagitan nito. Agad akong sumulat sa Geneva, ngunit halos dalawang buwan na ang nakalipas nang ako ay nagpadala ng sulat. Ngunit hindi ka naman kumikita ng mabuti; hanggang ngayon, nagtitinig ka pa. Hindi ka dapat mas pagdadalamhatiin pa."

"Ang kasalukuyang kaba ay libu-libong beses pang mas masahol kaysa sa pinakakarima-rimarim na pangyayari. Pakisaysay sa akin kung anong bagong trahedya na naganap at kaninong pagpaslang ang aking ngayon ay sinusumpa."

"Nasa maayos na kalagayan ang iyong pamilya," malumanay na sabi ni G. Kirwin. "At may dumalaw na kaibigan para sa iyo."

283 Hindi ko alam kung paano nangyari, pero bigla na lang may sumagi sa isip ko. Isang kahila-hilakbot na iniisip. Naniniwala ako na ang mamamatay-tao ay pumunta upang alipustahin at pahirapan ako sa kamatayan ni Clerval, parang nais niya akong pilitin na gawin

ang kanyang kahilingan. Nahaharap sa takot, tinakpan ko ang aking mga mata at sumigaw ng sakit,

"Oh! Ilayo siya! Hindi ko kayang makita siya. Mangyaring huwag mo siyang papalapitin sa akin!"

Tiningnan ako ni G. Kirwin nang may pag-aalala. Sinasaliksik niya ang aking paghihimagsik bilang isang pag-amin ng kasalanan at mariing sumagot,

"Binata, inaasahan ko na ang kaharap mo ay iyong ama, hindi ang lubhang matinding pagsusukab ng hindi mo magustuhan."

"Ama ko!" sigaw ko, ang aking mukha at katawan agad na nagbabago mula sa pighati tungo sa kaligayahan. "Tunay ngang dumating ang aking ama? Gaano kabuti, gaano kamabuti! Pero nasaan siya? Bakit hindi siya nagmamadaling bisitahin ako?"

Ang biglang pagbabago ng aking disposisyon ay nagulat at nagpaligaya sa hukom. Marahil siya ay naniniwala na ang aking naunang paghihimagsik ay lamang isang madidilim na sandali ng pagkalasing. Mabilis niyang ibinalik ang kanyang kabaitan. Tumayo siya, lumabas ng silid kasama ang aking alalay, at sa wakas, dumating ang aking ama.

Sa sandaling iyon, nagdulot ang pagdating ng aking ama ng malaking kasiyahan sa akin. Hinawakan ko ang kanyang kamay at nagtanong,

"Ligtas ka ba? At si Elizabeth at Ernest?"

Minahal ako ng aking ama, ngunit nakita niya na mahirap maging masaya sa bilangguan. "Hindi magandang lugar para sa iyo, anak," malungkot niyang sabi, habang tinitingnan ang mga bintanang may rehas at ang masamang kalagayan ng silid. "Pinara-hanahanan mo ang isang paglalakbay upang hanapin ang kaligaya-han, ngunit tila masamang kapalaran ang sumusunod sa iyo. At si kasalukuyang tralala—"

Ang pagsambit lamang ng pangalan ng aking kaibigan na pinatay ay masyadong mabigat para sa akin sa aking mahinang kala-gayan; nagsimulang umiyak ako.

"Oh, oo, ama," tugon ko, "mayroong isang malalang kapalaran

na umaasa sa akin, at kailangan kong mabuhay upang tuparin ito. Dapat sanang mamatay na rin ako nang namatay si Henry."

Hindi kami pinahihintulutang mag-usap ng matagal dahil kailangan ko pang magpahinga at gumaling. Pumasok si Ginoong Kirwin at ipinag-utos sa akin na magpahinga. Ngunit ang pagkakaroon ng aking ama ay para bang may kasamang anghel na tagapangalaga, at unti-unti, naramdaman kong gumagaling ako.

285   Habang bumubuti ang aking kalagayan, isang madilim at malungkot na pagkaramdam ang kumapit sa akin, at walang anumang makapagpabawas rito. Ang imahen ng malagim na pagpatay kay Clerval ang patuloy na bumabagabag sa akin. Nagaalala ang aking mga kaibigan na ang mga iniisip na ito ay maaaring magpagaling sa akin muli. Bakit nila ako iniligtas mula sa gayong kahabag-habag at kinamumuhian na buhay? Siguro dahil may tadhana akong tuparin, at malapit na itong matapos. Darating na ang kamatayan at lilipol sa mapait na mga nararamdaman, magpapalaya sa akin mula sa mabibigat na pasanin ng kalungkutan. Kapag natamo na ang katarungan, makakamtan ko na ang kapayapaan. Mukhang malayo ang kamatayan, ngunit matindi ang aking pagnanais dito. Ako'y tahimik na uuupo nang walang sinasabi sa loob ng ilang oras, umaasang magkaroon ng malaking pagbabago na magtatabon sa akin at sa taong siyang nagdulot ng lahat ng sakit na ito.

286   Malapit na ang panahon para sa mga pagdinig sa hukuman. Ako ay nakabilanggo na ng tatlong buwan. Bagaman ako ay malakas pa at may posibilidad na magkasakit muli, kailangan kong maglakbay ng halos isang daang milya patungong bayan kung saan ginanap ang korte. Tinutukan ni Ginoong Kirwin ang pagkakalap ng mga saksi at paghahanda sa aking depensa. Nalugod akong hindi ko kinailangan harapin ang hiya ng pagiging ituring na kriminal, sapagkat hindi dinala ng korte na nagpapasya kung sino ang mabubuhay o mamamatay ang aking kaso. Tinanggihan ng malaking hurado ang mga alegasyon nang maipakita na ako ay nasa mga Isla ng Orkney ng

sabihing natagpuan ang bangkay ng aking kaibigan. Dalawang linggo matapos ako mailipat, ako ay pinalaya mula sa bilangguan.

Lubos na nagagalak ang aking ama sa pagkakalaya ko mula sa pasanin ng pagbintang sa isang krimen. Siya ay natutuwa na ako'y muling makahinga ng sariwang hangin at makabalik sa tahanan. Ngunit hindi ako makakaramdam ng kasiyahan katulad ng kanyang pagkakasayahan. Ang pader ng piitan at ng palasyo ay parehong nakaririmarim sa akin. Ang buhay ay nabulok magpakailanman, at bagamat ang araw ay nagliwanag sa akin tulad ng sa masayang mga tao, sa paligid ko'y nakikita ko lamang isang makapal at nakakatakot na kadiliman. Walang liwanag, maliban sa bahagyang pagkislap ng dalawang mata na tumititig sa akin. Minsan, ang mga mata na iyon ay ang mabait at mapagmahal na mga mata ni Henry, na ngayon ay patay na, na ang mga madilim nitong butil ay halos nakatago sa kanyang mga talukap-ng-mata at sa mahahabang itim nitong pilik-matang mala-damo. At minsan, ang mga mata na iyon ay ang malabnaw at malabo na mga mata ng halimaw, noong una ko itong nakita sa aking silid sa Ingolstadt.

Sinusubukan ng aking ama na ako'y palambutin. Sinasalita niya kung paano ako malapit nang pumunta sa Geneva at makakita ng aking mga kapatid na sina Elizabeth at Ernest. Ngunit ang pagkakarinig ng mga salitang ito ay nagpapalabas sa akin ng malalim na hiyaw. Minsan, nararamdaman ko rin ang pagnanasa para sa kaligayahan. Mag-iisip ako nang malungkot tungkol sa aking minamahal na pinsan o mamimiss nang malala ang aking tahanan. Karamihan sa oras, pakiramdam ko ay walang pakiramdam at walang paki kung ako'y nasa bilangguan o sa pinakamagandang kalikasan. Ang mga sandaling ito ay bihirang nasasabayan, maliban na lamang kapag bigla akong sumasabog sa sakit at desperasyon. Ako'y lubhang malungkot.

Ngunit alam kong may isa pang mahalagang responsibilidad na dapat ko gampanan, kahit na ako'y nalulunod sa aking sariling kalungkutan. Kailangan kong bumalik sa Geneva sa lalong madaling panahon at protektahan ang mga taong lubos kong mahal.

Kailangan ko rin hanapin ang mamamatay-tao at tiyakin na hindi nila ako o sinuman ang maaaring saktan muli. Ang karima-rima-hang nilalang na ito, na naniniwala akong may kaluluwa na mas karima-rimahan pa, ay dapat itigil.

Nais ng aking ama na ipagpaliban ang aming paglalakbay dahil nag-aalala siya na hindi ko kakayanin ang mga pisikal na hamon ng paglalakbay. At tama siya - halos hinihintay ako na bumigay. Tulad ako ng isang mahinang anino, isang hubad na luob na tao. Nawala ang aking lakas. Araw at gabi, ako'y sinasalanta ng lagnat, na lalo pang nanghihina sa aking lubos nang nagbabagong katawan.

289   Subalit dahil ako'y labis na nag-aalala at nagnanais na umalis mula sa Ireland, pinasiya ng aking ama na ito'y angkop na paraan ng pag-alis. Sumakay kami sa isang barko patungo sa Havre-de-Grace at lumayag patungo roon na may magandang hangin. Gabi na noon, at ako'y nakahiga sa palubong, tinitingnan ang mga bituin at pinakikinig ang tunog ng mga alon na sumasalpok sa barko. Nadama ko ang isang pakiramdam ng kaluwagan sa hindi na makita ang Ireland, at ang aking puso'y nagtatalon sa tuwa sa kaalaman na malapit na akong makarating sa Geneva. Sa akin, parang isang napakasamang bangungot ang nakaraan. Subalit ang pagkakaroon ko sa barkong ito, ang hangin na umaakay patungo sa malayo mula sa Ireland, at ang karagatan na bumabatid sa paligid ko, mga bagay na aking pinapaalalahanan kung gaano man ito'y tunay. Ang aking kaibigang si Clerval ay naging biktima dahil sa akin at sa halimaw na aking nilikha. Binalikan ko ang buong buhay ko - ang mga panahong mapayapa kasama ang aking pamilya sa Geneva, ang pagkamatay ng aking ina, at nang ako'y umalis patungo sa Ingolstadt. Hindi ko mapigilang magkatakutan sa alala ng malalim na kasiyahan na nagtulak sa akin na lumikha ng aking kahabag-habag na kaaway, at naalala ko ang gabi na siya'y nabuhay. Hindi ko magawang ipagpat-uloy ang aking kaisipan; kasagutan ng damdamin ang sumalanta sa akin, at ako'y walang mapigilang umiyak.

290   Matapos gumaling mula sa karamdaman, sinimulan kong uminom ng kaunting gamot na tinatawag na laudanum tuwing gabi.

Ito lang ang paraan upang makakuha ako ng sapat na pahinga upang manatiling buhay. Ngunit dahil lubhang hinahabol ako ng lahat ng masasamang pangyayari na nangyari sa akin, uminom ako ng doble sa aking karaniwang dosis at nahimlay sa mahimbing na pagkakatulog. Kahit na natutulog ako, may mga mapanglinlang na panaginip pa rin ako. Nang dumating ang umaga, nadama kong nakakulong ako sa isang bangungot. Naramdaman kong may humahawak sa aking leeg, at hindi ako makakawala. Narinig ko ang mga ungol at hibik sa paligid ko. Napansin ng aking ama, na nagbabantay sa akin, na ako ay restless at ginising ako. Nakita ko ang mga karagdagang alon at ang makulimlim na kalangitan sa itaas ko. Wala na ang nakakatakot na nilalang. Pakiramdam ko, medyo ligtas na ako, parang may pahinga sa walang-humpay na sakuna na naghihintay sa akin. Ito'y nagpabura sa lahat ng aking mga alalahanin sa maikling panahon, isang bagay na ang isip ng tao ay espesyal na magaling na gawin.

CHAPTER XXII

291 NATAPOS NA ANG AMING PAGLALAKBAY. Dumating kami sa Paris. Ngunit naisip ko na kailangan kong magpahinga bago magpatuloy. Pinangalagaan ako ng aking ama, sinikap niyang maibsan ang aking pagdurusa, ngunit hindi niya alam kung bakit ako ganito nararamdaman. Iniisip niya na ang paglabas at pakikisalamuha sa ibang tao ang magpapaginhawa sa akin. Ngunit hindi ko kayang makisama sa mga tao. Hindi naman talaga hindi ko kayang makisama, dahil sila ay mga kapwa ko tao at nababahaginan ko sila ng pakiramdam, kahit yung mga hindi gaanong kaaya-ayang taong iyon. Tingin ko sila ay mga anghel. Subalit pakiramdam ko, hindi ako karapat-dapat na maging kasama nila. Nilikha ko ang isang kaaway sa kanila, isang nilalang na natuwa sa pagpapahirap sa kanila at pagsasamantalahan sila. Kung malalaman nila ang aking nagawa, lahat sila ay susuklam at itataboy ako.

Sa huli, pumayag din ang aking ama sa aking kahilingan na iwasan ang lipunan. Sinubukan niyang ikumbinsi ako na hindi dapat ako maramdaming hiya sa aking inakusahan na pagpatay. Sinabi niya na ang pagkakaroon ng pagkamapuri ay walang silbi.

292 "Oh hindi, aking ama," sabi ko, namamahay. "Hindi mo ako

naiintindihan. Kung ang isang tulad ko ay magmamalaki, ito ay magpapababa sa mga tao at sa kanilang mga emosyon. Si Justine, kawawa si Justine, walang sala tulad ko, ngunit siya rin ay inakusahan. Namatay siya dahil doon, at ang kasalanan ay akin — pinatay ko siya. Si William, si Justine, at si Henry — silang lahat ay namatay dahil sa akin."

Noong ako'y nasa bilangguan, madalas kong sinasabi ang parehong bagay sa aking ama. Minsan, tila interesado siya at nagnanais na ipaliwanag ko, ngunit may mga pagkakataon ding itinuring niya ito bilang bunga ng aking karamdaman, sa palagay na noong ako'y gumaling, iniisip ko ang mga bagay na iyon. Hinahadlangan ko ang pagbibigay paliwanag at nananatiling tahimik tungkol sa halimaw na aking nilikha. Takot ako na isipin ng mga tao na ako'y baliw, at iyon na lang ang nagpapapigil sa akin na magsalita. Ngunit may isa pang dahilan — hindi ko kayang isapubliko ang isang sekretong magdudulot ng takot at panggigilalas sa aking ama. Kaya't itinago ko ang aking desperadong pangangailangan sa pag-unawa at pinili ko ang katahimikan, kahit na sakdal ko ngang hangaring ibahagi ang malagim na katotohanan. Gayunpaman, kahit sa aking mga pagsisikap, ang mga salita tulad ng mga sinabi ko ay umaapaw mula sa akin nang hindi ko kontrolado. Hindi ko sila maipaliwanag, pero ang pagpapahayag sa kanila ay makatulong ng kaunti sa pagkabawas ng bigat ng aking misteryosong kalungkutan.

Isang araw, tiningnan ako ng aking ama nang may malaking pagkagulat at sinabing, "Anak kong si Victor, bakit mo sinasabi ang mga hindi kapani-paniwalang bagay na iyan? Pakiusap, mahal kong anak, huwag mong ulitin ang paratang na iyan."

"Hindi, hindi ako baliw," sigaw ko nang may malalim na damdamin. "Ang araw at ang langit mismo ang saksi sa aking mga kilos at maaaring magpatotoo sa katotohanan. Ako ang responsable sa pagkamatay ng mga inosenteng biktima; sila'y namatay dahil sa ginawa ko. Handa kong ialay ang buhay ko, patak-patak, upang iligtas sila. Ngunit, Ama, hindi ko maaaring isakripisyo ang buong sangkatauhan."

Matapos marinig ito, naniwala ang aking ama na hindi malinaw ang aking mga iniisip. Agad niyang binago ang paksa, sinikap na ilihis ang aking atensyon at burahin ang alaala ng nangyari sa Ireland. Hindi na niya kailanman binanggit ang mga pangyayaring iyon at hindi rin niya ako pinayagang pag-usapan ang mga kapalarang aking dinanas.

Sa paglipas ng panahon, ako'y naging mas mahinahon. Ang hirap ay nanatiling nasa aking puso, ngunit hindi na ako nag-sasalita sa parehong disorganized na paraan tungkol sa aking mga kasalanan. Ang pag-alam at pag-amin sa kanila ay sapat na para sa akin. Dapat kong kontrolin ang matinding pagnanais na ibunyag ang lahat sa buong mundo. Ang aking pag-uugali ay mas kontrobersyal at payapa kaysa noon noong ako'y naglakbay sa malalamig na karagatan.

Ilan na lang ang natitirang araw bago kami umalis sa Paris papuntang Switzerland, tinanggap ko ang isang liham mula kay Elizabeth. Sinasabi nito:

"Mamahal kong Kaibigan,

"Ang saya-saya ko nang matanggap ang sulat mula sa aking tiyuhin sa Paris. Mas malapit ka na ngayon, at umaasa akong makita kita sa loob ng hindi lalampas sa dalawang linggo. Hindi ko maipaliwanag kung gaano ka nagdusa. Inaasahan kong mas masama pa ang iyong hitsura kaysa noong umalis ka sa Geneva. Ang taglamig na ito ay napakasama rin para sa akin, dahil ako ay pinahirapan ng pag-aalala. Gayunpaman, umaasa ako na makikita ko ang kapayapaan sa iyong mukha at matatagpuan mo ang kahit kaunting ginhawa at katiwasayan sa iyong puso.

Gayunpaman, natatakot ako na ang mga parehong damdamin na siyang nagpasakit sa iyo isang taon na ang nakalipas ay lubos pa ring umiiral, at marahil ay mas malala pa sa paglipas ng panahon. Ayoko kang abalahin sa panahong ito na lubhang maraming kahirapan ang iyong dinadala, ngunit nagkaroon ako ng pag-uusap sa aking tiyuhin bago siya umalis, at ito ay nangangailangan ng paliwanag bago tayo magkita.

Marahil nagtataka ka, bakit kailangan pang magpaliwanag si Elizabeth? Kung iyan ang iyong pangamba, maaring ang lahat ng aking mga tanong ay nasagot na at ang aking mga pag-aalinlangan ay natanggal na. Gayunpaman, dahil sa kalayuan mo, posible na ikaw mismo ay natatakot at nagnanais ng paliwanag na ito. Sa posibilidad na iyan, hindi ko na maaaring ipagpaliban ang pagsusulat ng mga bagay na gusto kong sabihin sa iyo sa panahon ng iyong pagkawala, ngunit hindi ko kailanman nagkaroon ng lakas ng loob para simulan."

"Victor, alam mo na lagi tayong pinapangarap ng ating mga magulang na magpakasal. Sinabi nila ito sa atin noong tayo ay bata pa, at tinuruan tayo na umasa na mangyayari ito balang araw. Malalapit tayong magkaibigan noong mga bata pa tayo at habang tumatanda, para sa akin, tayo ay mas nagging mahalaga sa isa't isa. Pero minsan, ang magkapatid ay maaaring magkaroon ng malakas na samahan nang hindi nais na maging mas malapit sa isa't isa. Maaaring ganito rin ang totoo para sa atin? Sabihin mo sa akin, aking pinakamamahal na Victor. Nakikiusap ako sa iyo na sagutin ito nang tapat, alang-alang sa ating kasiyahan na magkasama—may iba ka bang minamahal?"

Ikaw ay naglakbay at nagtagal ng maraming taon sa Ingolstadt. Aaminin ko, kaibigan, nang makita kita na napakalungkot noong nakaraang taglagas, na nag-iisa ka at nag-iisa ka sa lahat, nagsimulang sumagi sa isip ko na marahil ay ayaw mo na sa ating relasyon. Kailangan kong aminin, kaibigan, na mahal na mahal kita, at sa aking mga pangarap sa hinaharap, ikaw ang laging tapat na kaibigan at kasamang sinasama ko. Ngunit nais ko ang iyong kaligayahan ng tulad ng sa akin. Kaya nais kong malaman mo na ang ating pag-aasawa ay laging magpapalungkot sa akin maliban kung ito ay ang iyong sariling pagpili, na malaya mong ginawa. Oh, Victor, pagkaalam mo na tunay kong mahal ka, at aking mararamdaman ay napakalaking pighati kung sakaling magduda ka. Sana'y maging masaya ka, kaibigan ko. At kung ibibigay mo sa akin ang isang hiling na ito, maaari mong malaman na walang anumang bagay sa mundo ang makakapagwasak sa aking kapayapaan.

297   Huwag mo pong hayaang panghimasukan ka ng liham na ito. Hindi mo kailangang mag-reply bukas o sa susunod na araw. Ayoko pong ipagalit ka. Ipatutuloy ako ng aking tiyuhin sa mga balita. Umaasa lang akong makita kang ngumingiti pagbabalik mo. Ito ay magbibigay ng labis na kaligayahan sa akin.

Elizabeth Lavenza.

Geneva, Mayo 18, 17—.

~

ANG PAGBASA NITO SA LIHAM AY NAGPAPAALALA SA AKIN NG ISANG BAGAY NA AKING NAKALIMUTAN: ang banta ng demonyo – "Ako ay magiging kasama mo sa gabing ng iyong kasal!" Ito ang aking parusa. Pinangako ng halimaw na gawin ang lahat upang sirain ako at alisin ang kaligayahan na unti-unti nang nagbibigay-lunas sa aking kalungkutan. Nagplano siya na tuparin ang kanyang masamang layunin sa pamamagitan ng pagpatay sa akin. Ayos lang, ito'y magaganap na mabagsik na labanan sa gabing iyon. Kung siya ang mananalo, wakas na ang aking katahimikan at ang kanyang paghawak sa akin. Kung ako ang matalo, ako'y maging isang malayang tao. Ngunit anong uri ng kalayaan ito? Ito ay magiging gaya ng karanasan ng isang magsasaka pagkatapos niyang masaksihan ang pagpatay sa kanyang pamilya, ang pagkasunog ng tahanan, ang pagkasira ng lupa, at ang pagkakawalay ng tahanan, kahirapan, at pag-iisa, subalit malaya siya. Ito ang magiging bersyon ko ng kalayaan, maliban na lamang sa mayroon akong si Elizabeth, na siyang mahalagang yaman sa aking buhay. Sa kasamaang palad, siya ay nababaling sa anino ng pagsisisi at pagkakasala na tutugisin ako hanggang sa kamatayan.

298   Mahal at minamahal na Elizabeth! Binabasa ko nang paulit-ulit ang kanyang liham, at nagbigay ito ng mga malambing na damdamin sa aking puso. Pinapangarap ko ang pag-ibig at kaligaya-

han, tulad ng paraiso. Ngunit sa kasamaang palad, ang pinsala ay wala nang maitutuwid, at alam kong ang aking pag-asa ay kinukuha na. Gayunpaman, gagawin ko ang lahat para maging maligaya siya. Kung magpatuloy ang halimaw sa kanyang banta, tiyak ang kamatayan. Gayunman, nagtatanong ako kung ang pagpapakasal ay magpapabilis ba sa aking kamatayan. Marahil, isususpetsa ng aking manunuyo na ipinag-uurong ko ito dahil sa kanyang mga banta at ikakasama pa nga ng paraan upang maghiganti, malamang mas masahol pa. Pangako niya na kasama niya ako sa aking gabing kasal, ngunit hindi niya itinuring na ibig sabihin nito ay kailangan niyang iwan ako sa kapayapaan hanggang sa oras na iyon. Sa katunayan, ipinakita niya sa akin na nais pa niyang dugo sa pamamagitan ng pagpatay kay Clerval pagkatapos ng mga banta. Kaya, nagpasya ako na kung ang agarang pagpapakasal sa aking pinsan ay magdadala ng kaligayahan sa kanya o sa aming ama, hindi ko hahayaang ang mga planong ito ng aking kaaway na tapusin ang aking buhay na animo'y magpahinto pa kahit isang sandali man lamang.

299 Isinugo ko ang isang liham kay Elizabeth sa kalagayang kaisipan ko noong mga sandaling iyon. Ang aking liham ay payapa at puno ng pagmamahal. "Minamahal kong babae," isinulat ko, "kinakatakutan kong hindi na masyadong natitira pang kaligayahan para sa atin sa mundong ito. Ngunit lahat ng ipinapangarap kong maranasan sa isang araw ay nauukol sa iyo. Pakiusap, huwag mong hayaan na ang iyong takot ang mabigat na magkamit sa iyo. Aalay ko ang aking buhay sa iyo at gagawin ko ang lahat ng aking makakaya upang tayo'y magiging maligaya. Mayroon akong isang lihim, Elizabeth, isang pangandamang lihim. Ito'y napakalupit na kapag sa iyo'y aking isinasalaysay, ikaw ay mapupuspos ng karimlan. Hindi ka magugulat sa aking kalungkutan, bagkus ay magtataka kung paano ko nalampasan ang mga pinagdaanan ko. Nangako akong isasalaysay sa iyo ang talambuhay ng paghihirap at lagim pagkatapos ng ating kasal. Minamahal kong pinsan, dapat tayong magtiwala nang lubusan sa isa't isa. Ngunit hanggang sa oras na iyon, hinihiling ko

sa iyo na huwag ito ibanggit o banggitin. Ito'y desperadong hini-hiling ko sa iyo, at naniniwala ako na ikaw ay sasang-ayon."

Mga isang linggo mamaya, nagbalik kami sa Geneva matapos matanggap ang liham ni Elizabeth. Ang matamis na dalagang babae ay bumati sa akin ng mainit na pagmamahal, ngunit may mga luha sa kanyang mga mata nang makita niya kung gaano ako ka-payat at kahina. Napansin ko rin ang isang pagbabago sa kanya. Siya ay pumayat at hindi na kasing-sigla ang kanyang kalooban na dati'y nasisiyahan ako. Ngunit ang kanyang kabaitan at malumanay na tingin ay nagpabuti sa kanya bilang isang mas mabuting kasama para sa isang tulad ko, na sira at malungkot.

Ang kapayapaan na aking nadama ay hindi nagtagal. Ang pag-alala sa nangyari ay nagpalipad sa aking katinuan. Minsan ay galit at puspos ng poot ang aking nadarama. Minsan naman ay lungkot at walang pag-asa. Hindi ako nagsasalita sa sinuman o kahit tignan man lang sila. Tumitigil lamang ako, nadarama ang walang hang-gang kalungkutan na bumabakal sa akin.

Tanging si Elizabeth lamang ang may kapangyarihang ilabas ako mula sa mga pagkakataong ito. Ang kanyang malumanay na tinig ay nagpapalakas sa akin kapag puno ako ng matinding damdamin at nagpapaalala sa akin na maging tao kapag ako'y naduduling. Siya'y umiiyak kasama ako at para sa akin. Kapag ako'y nakabalik sa aking katinuan, siya'y nakikipag-usap sa akin at sinisikap na akayin ako na tanggapin ang aking kalagayan. Mahalaga para sa malungkot na tanggapin ang kanilang kapalaran, ngunit para sa may sala, walang kapayapaan. Ang sakit ng pagsisisi ay sumisira sa anuman na kagin-hawahan na nagmumula sa labis na kalungkutan.

Hindi matagal pagkatapos ako'y dumating, tinukoy ng aking ama ang nalalapit na kasal ko kay Elizabeth. Wala akong sinabi.

"May nararamdaman ka ba para sa iba?" tanong niya.

"Walang sinuman sa mundo na ganoon. Mahal ko si Elizabeth at ako'y nasasabik na tayo'y magkasama. Magtakda tayo ng petsa para sa ating kasal, at sa araw na iyon, ibibigay ko ang buong pagmamahal ko para sa kanyang kaligayahan, kahit na kailangan kong isakripisyo ang aking sariling buhay."

"Mahal kong Victor, huwag mo sana sabihin iyan. Marami tayong napakasamang nangyari, pero hawakan natin ang natitirang pagmamahal at ilipat natin ang ating pagmamahal mula sa mga nawala papunta sa mga narito pa rin. Ang grupo natin ay magiging maliit, pero magiging malapit tayo dahil sa ating pagmamahal at pinagsasamang kawalang-awa. At kapag unti-unti nang bumabawas ang iyong kalungkutan, darating tayo sa mga bagong at mahalagang bagay na dapat alagaan upang palitan ang mga nawalang mahalaga ng malupit."

Iyan ang sinabi sa akin ng aking ama. Ngunit hindi ko kayang kalimutan ang banta: may katuwiran na isipin na ang demonyo, lubos na makapangyarihan sa kanyang marahas na mga gawa, ay hindi matatalo. Nang sabihin niya, "Ako ay sasama sa iyo sa gabing mismong ikakasal ka," nakita ko ang destiny bilang isang bagay na hindi maiwasan. Ngunit hindi ako natakot sa kamatayan kung ito ay nangangahulugang hindi ko mawawala si Elizabeth. Kaya, pumayag ako sa aking ama, na nagmukhang masaya at kasiya-siya pa nga, na kung papayag ang aking pinsan, gaganapin natin ang seremonya sa loob ng sampung araw. Iniisip ko na ito ang magpapatibay sa aking kapalaran.

Naku naman! Kung alam ko lang ang balak ng aking halimaw na kaaway na ito! Mas gusto ko pa sanang lumisan sa aking tahanan at maglakbay sa mundo nang mag-isa, walang mga kaibigan, kaysa pumayag sa nakapangingilabot na kasal na ito. Ngunit kahit paano, nilinlang ako ng halimaw at hindi ko nakita ang tunay niyang hangarin. Inakala ko noon ay naghahanda lamang ako sa aking kamatayan, ngunit sa totoo lang, ako pala ay nagmamadali sa pagkamatay ng isang taong mas mahalaga sa akin.

Sa tuwing lumalapit ang araw ng aming kasal, nararamdaman kong bumabagsak ang aking kalooban. Sinubukan kong hindi ipakita ang aking kalungkutan, ngunit si Elizabeth, na may mapa-nuring mga mata, nakakakita sa likod ng aking pagpapanggap. Nilulungtian niya nang may kahinahunan ang aming pag-iisang-dibdib, bagaman may kaunting takot na kasama. Ang mga hirap na aming pinagdaanan noong mga nagdaang panahon ay nag-iwan sa kanyang paniniwala na ang mga bagay na tila tiyak at kayang hawakan na kaligayahan ngayon ay maaaring maibulid tulad ng isang pangarap na pagkalipas ng isang araw, na maiiwan lamang ang malalim at walang hanggang pagsisisi.

303   Inihanda ang mga paghahanda para sa malaking okasyon. Dumating ang mga taong sumasalubong sa amin, at tila masaya ang lahat. Nakuha ng aking ama ang isang bahagi ng mana ni Elizabeth mula sa pamahalaan ng Austria. May-ari siya ng isang maliit na lupa malapit sa Lake Como. Pinagkasunduan naming pagkatapos naming magpakasal, pupunta kami sa Villa Lavenza at doon isasagawa ang mga unang masasayang araw namin sa tabi ng magandang lawa.

Samantala, kumuha ako ng mga pambalakang hakbang upang maprotektahan ang aking sarili sakaling tangkaing ako'y harapin ng demonyo. Lagi akong may dalang baril at kutsilyo at laging handa upang maiwasan ang anumang panlilinlang. Ito ay nagdulot sa akin ng kapanatagan at kapayapaan. Sa wakas ay naging kumportable ako at hindi gaanong nag-aalala sa mga posibleng mangyari. Nangusap ang lahat sa aming kasal bilang isang okasyon na hindi maaring hadlangan.

304   Si Elizabeth ay lumitaw na masaya, at ang aking mahinahon at kontroladong pag-uugali ay nakatulong upang maibsan ang kanyang pag-aalala. Gayunpaman, noong araw na inaasahang magkakamit ng aking mga nais at magbabago ng aking tadhana, tila malungkot siya at may kutob na mangyayari ang isang masama. Marahil iniisip rin niya ang malubhang lihim na aking ipinangako na sasabihin sa kanya kinabukasan. Sa pagitan ng mga ito, ang aking ama ay lubos na nalugod at sa kasiglahan ng mga paghahanda, inisip lamang niya ang kalungkutan ni Elizabeth bilang nerbiyosismo ng isang babaeng ikakasal.

Matapos ang seremonya ng kasal, nagtipon ang isang malaking grupo ng mga tao sa bahay ng aking ama. Nagkasunduan kami na sina Elizabeth at ako ay mag-uumpisang maglayag sa pamamagitan ng bangka, magdaraos ng gabi sa Evian at magpapatuloy kinabukasan. Ang panahon ay maganda, ang hangin ay paborable, at ang lahat ay tila perpekto para sa aming biyaheng pangkasal sa pamamagitan ng bangka.

Yaon ang mga huling sandali ng aking buhay na lubos akong naging masaya. Mabilis kaming lumayag sa buong lawa, tagapag-pangulo upang hindi abutin ng init ng araw at natatanaw ang kamangha-manghang mga baybayin at bundok.

Hawak ko ang kamay ni Elizabeth at sinabi, "Mukhang malungkot ka, aking pag-ibig. Kung alam mo lang ang sakit na pinagdaanan ko at maaaring patuloy kong haharapin. Mangyaring bigyan mo ako ng pagkakataong mabuhay sa isang araw ng kapaya-paan at pag-asa."

"Huwag kang mag-alala, Victor," tugon ni Elizabeth. "Wala kang dapat ipagalala. Kahit hindi ako mukhang masayang masaya, ang aking puso ay kuntento. May isang kutob na sinasabing huwag masyadong madala ng ating kinabukasan, ngunit hindi ako susunod sa mga negatibong saloobin na iyon. Tingnan mo kung gaano tayo kabilis kumikilos, at kung paano nagdaragdag ng kariktan sa eksena ang mga ulap sa itaas ng Mont Blanc. At tingnan mo ang mga isda na lumalangoy sa malinaw na tubig, bawat bato na nakikita sa ilalim. Anong perpektong araw! Ang kalikasan ay tunay na masaya at payapa."

Ginagawa ni Elizabeth ang lahat upang magpalipas ng panahon, pati na rin ako, mula sa anumang malungkot na saloobin. Ngunit ang kanyang mood ay palaging nagbabago. Ang kaligayahan ay pansamantala na lamang lilitaw sa kanyang mga mata, upang mapalitan ng pagkahalang at pagbibigla.

Isinilid ng araw ang pagbaba nito sa langit. Tumawid kami sa ilog ng Drance at nakita kung paano ito umagos sa mga makitid na puwang sa pagitan ng matataas na burol. Malapit na umabot ang mga bundok ng Alps sa lawa dito at lumalapit na rin kami sa mga bundok. Nakikita naming ang tuktok ng Evian na bahagyang lumitaw mula sa mga kahoy na bumabalot dito.

Biglang humina ang malakas na hangin na nagtulak sa amin nang makalubog ang araw, nag-iwan lamang ng banayad na simoy. Ang malambot na hangin ay nagdulot ng kaaya-aya na mga galaw sa mga puno habang kami ay malapit na sa baybayin. Mula roon, amoy naming ang mga kahanga-hangang bango ng mga bulaklak at sari-wang inani na damo. Naglaho ang araw pababa ng ka horizon sa tiyak na oras nang abutin namin ang lupain. At habang tumatapak ako sa baybayin, nadama ko ang mga pag-aalala at takot na magiging bahagi ng aking buhay muli, na hindi na ako pakawalan.

CHAPTER XXIII

 Alas otso ng umaga nang kami ay dumating. Naglakad kami nang sandali sa tabing-dagat. Pagkatapos nito, bumalik kami sa inn at nagmuni-muni sa mga nakakalugod na tanawin.

Ang hangin, na nanahimik mula sa timog, biglang bumuhos muli, ngunit mabilis na humampas mula sa kanluran. Ang buwan ay nasa pinakamataas na punto nito sa langit at unti-unting bumaba. Maraming ibon sa himpapawid. Mukhang mga uwak sila. Biglang nag-umpisa ng malakas na pag-ulan.

Nakagalak ako sa araw, ngunit sa pagdating ng gabi at ang mga bagay ay hindi gaanong makikita, libo-libong takot ang pumasok sa aking isipan. Ako'y nag-aalala at alisto, may baril na nakatago sa aking bulsa. Bawat tunog ay nagbibigay sa akin ng takot, ngunit nagdesisyon ako na makikipaglaban ng buong tapang, hindi aatras hangga't hindi nasugatan ang kalaban o ako.

Sa katahimikan, namamasdan ni Elizabeth ang aking kabalisaan, nahihirapang damhin ang takot at pagkabahala. Makikita niya mula sa aking mukha na may hindi maganda na nangyayari at ako'y mababaeng nagtanong ng may pagkabahala, "Ano ang nag-aalala sa iyo, aking minamahal na Victor? Saan ka natatakot?"

"Oh, nawa'y, aking pag-ibig," tugon ko, "lahat ay magiging maayos ngayong gabi. Ngunit ang gabing ito ay napakalupit, lubhang nakakatakot."

308 Nagtagal ako ng isang oras sa ganitong kalagayan ng pag-aalala, saka ko naisip kung gaano nakakatakot para sa aking asawa kung maganap ang labanan na inaasahan ko. Nakikiusap ako sa kanya na umalis at pangako kong susundan siya mamaya, kapag alam ko na kung nasaan ang aking kaaway.

Siya ay umalis, at naglakad ako sa buong bahay ng ilang sandali, hanapin ang bawat sulok kung saan maaaring magtago ang aking kalaban. Ngunit wala akong natagpuan na anumang tanda niya, at nagsimulang isipin na marahil may suwerte na nagpigil sa kanya na tuparin ang kanyang mga banta. Bigla, narinig ko ang isang malakas at nakakatakot na sigaw. Ito ay mula sa kuwarto kung saan pumunta si Elizabeth. Nang marinig ko ito, agad kong naintindihan kung ano ang nangyari. Nagdilim ang aking mga braso, hindi ko na magalaw ang anumang kalamnan. Naramdaman ko ang aking dugo na malamig na dumaloy sa mga ugat at ang aking mga paa ay nagsimu-lang mangalay. Ang lagay na ito ay nagtagal lamang ng isang sandali; pagkatapos nito, marinig ko muli ang sigaw, at sumabog ako patungo sa kuwarto.

309 Sa aba! Bakit hindi ako namatay noon! Bakit andito pa ako upang isalaysay ang malungkot na kuwento ng pagkalunod ng pinakasana at pinagmumulan ng kabutihan sa mundo? Siya'y walang buhay at hindi gumagalaw sa kama, ang kanyang ulo ay nanginginig, ang kanyang maputlang at halimaw na mukha ay bahagyang natatakpan ng kanyang buhok. Ang tanawin ay isang pagkabigla at hindi ko alam kung makakaya ko pang mabuhay. Sa maikling sandali, nawalan ako ng malay at bahagyang bumagsak sa sahig.

Nang bumalik ako sa kamalayan, nakita ko ang sarili kong napal-ibutan ng mga tao mula sa kublingan. Ang kanilang mga mukha ay nagpapakita ng walang hanggang takot, ngunit ang kanilang pangamba ay tila walang kabuluhan kumpara sa bigat ng pagdadalamhati na bumabalot sa akin. Naiskape ko ang sarili ko mula sa kanila at pabalik sa kuwarto kung saan ang walang buhay na katawan ni Elizabeth ay nakahiga. Siya ang aking pag-ibig, ang aking asawa na kamakailan lamang ay buhay at napakahalaga sa akin. Ibinago siya mula noong huling nakita ko siya. Ang kanyang ulo ay nakahilig ngayon sa kanyang braso, may mababang gusot na pamputolito na masining na nakapatong sa kanyang mukha at leeg. Sa unang tingin, marahil ay mapagkakamalan mong siya'y natutulog. Nagmadali akong lumapit sa kanya at mahigpit na niyakap, ngunit malinaw na walang buhay ang kanyang katawan. May isang nakakatakot na marka sa kanyang leeg mula sa pagkapit ng isang tao.

310 Nang ako'y bumabalot sa kanya, na lubos na nalugmok sa kalungkutan, sadyang lumapit ang aking paningin. Ang silid ay madilim noon kaya't nagulantang ako nang makita ang malamlam na ilaw ng buwan na sumisilakbo sa silid. Ang mga shutters ay bukas na, at sa aking kabiguan, nakita ko ang isang katauhan na nakatayo sa bukas na bintana. Isang kasamaang ngiti ang lumitaw sa mukha ng halimaw habang tinuturo ang katawan ng aking asawa na walang buhay. Tumakbo ako patungo sa bintana upang humawak sa kanya, ngunit bigla siyang nawala sa lawa ng may hindi kapani-paniwalang bilis.

Ang tunog ng putok ng baril ay nagdala ng mga tao sa silid. Tinuro ko kung saan nawala ang halimaw, at nagsimula kaming sumakay sa mga bangka upang hanapin siya. Naghagis kami ng mga lambat sa tubig, ngunit walang kabuluhan ang aming mga pagsisikap. Matapos maglaan ng maraming oras sa aming paghahanap, bumalik kami sa karagatan na puno ng kalungkutan. Karamihan sa aking kasama ay nagkakaisa na ang nakita ko ay produkto lamang ng aking imahinasyon. Noong kami ay nasa lupain na, sila'y nagkanya-kanya at inikot ang paligid, sinuyod ang iba't ibang landas sa gubat at mga ubasan.

311 Sinubukan kong sumama sa kanila, naglakad ng kaunting layo mula sa bahay. Pero nadarama ko ang pagkahilo ng ulo ko, at kalabog-labog akong naglakad tulad ng lasing. Sa wakas, bumagsak

ako dahil sa pagkapagod. Naguguluhan ang paningin ko, at tuyo ang balat ko dahil sa lagnat. Dinala nila ako pabalik sa bahay at inihiga ako sa kama. Halos hindi ko alam ang nangyari. Tumingin ako sa paligid ng silid, naghahanap ng nawawala.

Matapos ng ilang oras, bumangon ako at, parang naiimpluwensiyahan, gumapang papunta sa silid kung saan nakahiga ang katawan ng minamahal ko. May mga babaeng umiiyak sa paligid. Yumuko ako sa ibabaw ng katawan, sumasabay sa kanila sa pagluha. Sa panahong iyon, hindi makapagbuo ng malinaw na mga saloobin ang isip ko. Lumilipad ang pag-iisip ko, pinagsasama ang aking mga kawalang-pag-asa at ang mga sanhi nito. Nawawala ako sa kalituhan at takot. Ang kamatayan ni William, ang parusa kay Justine, ang pagpatay kay Clerval, at sa huli, ang kamatayan ng aking asawa - kahit sa sandaling iyon, hindi ko alam kung ligtas ang aking natirang kaibigan mula sa masasamang plano ng halimaw. Baka sakaling ang aking ama ay nagdurusa sa kanyang agarrada ngayon mismo, at baka patay na si Ernest. Ang kaisipang ito ay nagpalid sa akin, nagbabalik sa katotohanan. Sumigaw ako at nagpasyang agad na bumalik sa Geneva.

Wala akong mahanap na mga kabayo, kaya kinailangan kong bumalik pabalik sa pamamagitan ng lawa. Ang hangin ay laban sa akin at malakas na umuulan. Gayunpaman, maaga pa sa araw at inakala kong magagawa ko pang makabalik bago mag-gabi. Nag-upa ako ng ilang mga lalaki upang sumagwan ng bangka at ako mismo ay nagpatong ng isang taga-sagwan. Palaging natatagpuan ko ang kaluwagan sa aking kaisipan sa pamamagitan ng pisikal na pagkilos. Ngunit ngayong pagkakataon, ako ay nalulunod sa kalungkutan at hindi makahanap ng lakas upang sumagwan. Inilagay ko ang taga-sagwan at ipinahinga ang aking ulo sa aking mga kamay, nagpapahintulot sa lahat ng malalim na iniisip na umanib. Nang tumingin ako sa itaas, nakita ko ang mga pamilyar na eksena mula sa mas masayang mga panahon, ang mga eksena na nakita ko lamang bandang nakaraan kasama ang taong ngayon ay tanging alaala na lang. Tumulo ang mga luha sa aking mga pisngi. Hindi ako makapaniwala sa mabilis na pagbabago sa aking buhay. Kamakailan pa lamang ay ako'y masaya at ngayon ay nawalan ako ng pag-asa. Sinira ng isang halimaw ang lahat ng inaasahang kaligayahan sa aking hinaharap. Hindi pa ako kailanman naging ganito ka malungkot, at ang ganitong kahindik-hindik na pangyayari ay natatanging pangyayari sa kasaysayan ng sangkatauhan.

313 Ngunit bakit ko pa dapat pag-usapan kung ano ang nangyari matapos ang pangyayaring yaon na nakakatakot? Ang aking kuwento ay puno ng nakakatakot na mga bagay. Nagtamo ito ng pinakamatinding puntong maaring mauwi ito ngayon sa nakaka-sawang kwento. Alamin lamang na isa-isa, ang aking mga kaibigan ay kinuha sa akin, iniwan nila ako mag-isa. Ako ay lubos na pagod na at ngayon ay kukuwentuhan ko na lamang ang natitirang bahagi ng aking nakakatakot na kuwento sa loob lamang ng ilang salita.

Sa wakas, dumating ako sa Geneva. Ang aking ama at si Ernest ay buhay pa, ngunit hindi kayang tanggapin ng aking ama ang mga balita na dala ko. Nawala na ang sigla at kasiyahan sa kanyang mga mata at padaloy na lamang ang mga ito. Si Elizabeth, na siyang minamahal niya na parang anak, ay nagdulot ng maraming kali-gayahan sa kanya. Sinasalamin niya ito nang malalim, lalo na sa yugtong ito ng kanyang buhay na tila walang natitirang karamay. Binabalaan ako sa halimaw na nagdala ng ganitong kalungkutan sa kanyang katandaang panahon. Biglang nawala ang kanyang kagus-tuhang mabuhay. Hindi na siya makabangon mula sa kama at sa loob lamang ng ilang araw, binawian na siya ng buhay sa aking mga bisig.

314 Ano ang nangyari sa akin pagkatapos nun? Hindi ko alam. Nawala ang lahat ng damdamin ko at napalibutan ako ng mga tanikala at kadiliman. Naramdaman ko ang sobrang kalungkutan, ngunit sa paglipas ng panahon, nagsimula akong maintindihan ang aking napakasamang kalagayan at ang kapighatian na aking nararanasan. Sa bandang huli, pinakawalan nila ako sa aking bilang-guan dahil sa paniniwalang ako'y sira-ulo. Natuklasan na ako pala ay

nakakulong sa isang maliit at mapanglaw na selda ng maraming buwan.

Ngunit hindi gaanong mahalaga sa akin ang kalayaan malibang gumising din ako at maghanap ng paghihiganti habang nagbabalik ang aking katinuan. Habang naaalala ko ang mga kasamaan na nangyari sa akin, nagsimula akong isipin ang dahilan ng lahat ng ito. Lahat ay dahil sa halimaw na aking nilikha, ang kahabag-habag na nilalang na aking inilabas sa mundo upang ako'y sirain. Tuwing naiisip ko siya, aking napupuno ng di-mapigilang galit. Hangad ko ang paghihiganti.

Ang aking pagkamuhi ay hindi lamang nanatiling limitado sa paghahangad ng paghihiganti. Nagsimula akong mag-isip kung paano ko siya maaaring hulihin. Humigit-kumulang isang buwan matapos akong palayain, pumunta ako sa isang hukom sa bayan at sinabing may akusasyon akong ibabato. Sinabi ko na alam ko ang mamamatay-tao na sumira sa aking pamilya at hilingin sa kaniya na gamitin ang kaniyang kapangyarihan upang arestuhin ang halimaw na ito.

315 Pinakinggan ako ng hukom ng maingat at may kabaitan. "Mati-tiyak niyo po, ser," sabi niya, "na gagawin ko ang lahat ng aking makakaya upang mahalungkat ang nagkasala."

"Salamat," pagsagot ko. "Makinig po kayo, nguni't isa akong kuwentong napakasayang kakaiba na baka hindi niyo paniwalaan, ngunit mayroong bahaging tunay tungkol sa ito na, kahit gaano man kahanga-hanga, dapat paniwalaan. Ang kwento ay masyadong malinaw upang ituring na isang panaginip, at wala akong dahilan na magsinungaling." Nagsalita ako nang tahimik. Sa aking puso, nagpasya na akong habulin ang nagwasak sa akin hanggang sa dulo, at itong hangaring ito ay nagpapalaman ng kapanatagan sa aking kirot at, sa isang sandaling pagkakataon, nagbuklod sa akin para tanggapin ang buhay. Sa maikling panahon, ngunit may tiyak at tiyak na paraan, aking ibinalik sa alaala ang aking kuwento, binibi-lang ang mga petsa nang tama at umaavoid sa galit o panginginig.

Simula palang, tila magduda ang hukom, ngunit habang nagpapatuloy ako, lalong dumidilat pakinggan at interesado siya. Minsan, napapansin ko siyang pagkabahala't panginginig sa takot.

Nang ako'y matapos sa aking kwento, sinabi ko, "Ito ang taong aking idinidiin bilang akusado, at hinihiling kong gamitin niyo ang lahat ninyong makakaya upang mahuli at parusahan siya. Ito ang tungkulin ninyong bilang isang hukom, at naniniwala at umaasa ako na hindi kayo pipigilin ng inyong pagkaawa bilang isang tao upang tuparin ang inyong mga responsibilidad sa bagay na ito."

316 Habang ako'y nagsasalita, natanaw ko ang pagbabago sa mukha ng taong nakikinig sa akin. Narinig na niya ang aking kuwento, ngunit kalahati lamang ang kanyang paniniwala dito, iniisip na ito'y isang kwento lamang tungkol sa mga multo at kakaibang pangyayari. Ngunit ngayon, nang siya'y kailangang kumuha ng opisyal na aksyon, ang kanyang pag-aalinlangan ay humalik. Gayunpaman, may kababaang-loob pa rin siyang nagsabi, "Nais kong tulungan ka sa iyong pagsusuri, ngunit ang nilalarawan mong nilalang ay tila may mga kapangyarihang gawing hindi ko kaya siyang mahuli. Paano mo maaaring sundan ang isang bagay na kayang tumawid sa malalamig na karagatan at magtago sa mga mapanganib at ipinagbabawal na mga lugar? Bukod pa rito, maraming buwan na ang nakalipas mula nang siya'y gumawa ng kanyang mga krimen, kaya't sino ang makapagsasabi kung saan na siya ngayon."

"Ako'y naniniwala na malapit siya sa lugar kung saan ako nakatira, at kung siya'y nagtatago sa mga Alpes, maaring ating mahuli siya tulad ng paghabol natin sa isang ligaw na hayop. Maari nating lipulin siya bilang isang mapanganib na predator. Ngunit naiintindihan ko ang iniisip mo—hindi ka naniniwala sa aking sinasabi, at hindi mo balak parusahan ang aking kaaway ng naaayon sa kanilang kahalagahan."

317 Habang ako'y nagsasalita, lumitaw ang aking galit sa aking mga mata, at natakot ang hukom. Sinabi niya, "Ikaw ay nagkakamali. Gagawin ko ang lahat ng aking makakaya upang mahuli ang halimaw, at siya ay haharap sa parusa para sa kanyang mga krimen. Gayunpaman, base sa iyong paglalarawan tungkol sa nilalang,

maaaring hindi ito mahuli. Samantala't ginagawa natin ang kinakailangang hakbang, maging handa sa posibilidad ng pagkasawi."

"Hindi ko matanggap ang ganito. Ngunit nauunawaan ko na hindi mahalaga ang aking pangangailangan sa paghihiganti para sa iyo. Gayunpaman, inaamin ko na ito ang matinding pagnanasa sa aking buhay. Napupuno ako ng hindi masasabi at hindi maipahayag na galit sa kaalaman na ang pumatay na aking pinalaya ay nandoon pa rin. Yamang hindi mo ako matutulungan, mayroon na lamang akong isang natitirang opsyon. Susumpaan kong lubusang ipuksa siya, maging sa buhay o kamatayan."

Habang sinasambit ko ang mga salitang ito, ako'y lumilindol. Sa isang hukom mula sa Genebra, na binabatayan ng iba't ibang mga bagay, tila kalokohan ang aking pananaw. Sinikap niyang pambihi-rain ako tulad ng pagsasanggol ng isang nars ang isang bata, na pinaniniwalang ang aking mga salita'y halu-halo lamang.

"Lalaki," sigaw ko, "nalalabo ang iyong pansin sa kadidikit mo! Tama na! Hindi mo naiintindihan ang iyong sinasabi."

318 Umalis ako sa bahay na puno ng galit at kalungkutan. Pumunta ako sa isang tahimik na lugar upang mag-isip kung anong iba pang magagawa ko.

CHAPTER XXIV

 Nasayang ako sa aking kasalukuyang kalagayan kaya hindi ako makapag-isip nang maayos. Ang galit ay umaabot sa aking pagkatao, ngunit nagbibigay ito sa akin ng lakas upang manatiling nakatuon. Sa halip na mawalan ng kontrol, ako ay naging mapanuring at mahinahon. Alam ko na kailangan kong iiwan ang Geneva nang laging. Kahit na ito ay dating mahalaga sa akin noong ang buhay ay maganda, ngayon ay tila hindi ko na maipagpatuloy. Nagtipon ako ng ilang pera at alahas na pag-aari ng aking ina at nag-umpisa sa isang paglalakbay.

At ganun, nagsimula ang aking mga paglalakbay, na hindi matatapos hanggang mamatay ako. Ako ay napalipas ng maraming lugar sa mundong ito at pinagdaanan ang walang katapusang hirap na nararanasan ng mga manlalakbay sa mga disyerto at mga hindi pa gaanong naaayos na lupain. Hindi ko nga alam kung paano ko nalampasan ang lahat. Maraming beses, ako'y nanalangin na mamatay habang ako'y pagod na pahinga sa buhangin. Subalit ang pagnanais na maghiganti ang siyang nagpapalakas sa akin. Hindi ako maaaring mamatay at hayaang patuloy na mabuhay ang aking kaaway.

320   Nang umalis ako sa Geneva, ang unang gawain ko ay hanapin ang isang tanda na magtutulong sa akin na alamin ang kinaroroonan ng aking kasamaan na kaaway. Gayunpaman, wala akong malinaw na plano, kaya naglakad-lakad ako sa labas ng bayan nang maraming oras, hindi sigurado kung aling daan ang susundan. Habang nagdidilim, natagpuan ko ang aking sarili sa pasukan ng sementeryo kung saan kapayapaan nina William, Elizabeth, at ang aking ama ay inihimlay. Parang ang mga kaluluwa ng mga yumao ay umiikot sa paligid, naglalagay ng anino sa akin. Ramdam ko ito, bagamat hindi ko ito nakikita.

321   Naitaboy ako ng kalungkutan nang makita ko ang nakalulungkot na eksena na ito, ngunit hindi maglaon ay nagbago ang kalungkutan ko sa galit at pagkadismaya. Wala na sila, at ako ay iniwan na buhay. Ang taong pumatay sa kanila ay buhay pa rin, at upang malunasan ang aking pagdurusa, kinakailangan kong patuloy na mabuhay. Nagluhod ako sa damuhan at hinalikan ang lupa. Sa panginginig na mga labi, sinabi ko, "Sumusumpa ako sa banal na lupa na aking kinakalulugdan, sa mga espiritu na malapit sa akin, at sa malalim at walang hanggang kalungkutan na aking nadarama, susundan ko ang halimaw na nagdulot ng sakit na ito hanggang sa siya o ako ay matagumpay na mapuksa. Patutunayan ko ang kakayahan kong mabuhay para sa layuning ito. Makikita ko muli ang araw at lalakad sa berdeng damuhan ng lupa. Hinihiling ko sa inyo, mga espiritu ng mga yumao, hayaan ninyong lubusan ding mapahamak ang sumpang nilalang na ito. Patuloy niyang maranasan ang hinanakit na aking nararamdaman ngayon."

    Sinimulan ko ang aking panalangin nang may seryoso at mapag-paimbabaw na pagdating, na tila naririnig at pinagtibay ng mga espiritu ng aking pinaslang na mga kaibigan. Ngunit bilang natapos ko, ang galit ang bumalot sa akin at hindi na ako makapagsalita.

322   Sa katahimikan ng gabi, isang malupit at malakas na tawa ang sumakop sa katahimikan. Bumagsak ito sa mga bundok. Ang tawa ay humina, at pagkatapos ay isang tinig na kilala ko, isang tinig na kinamumuhian ko, ang nagsalita sa aking tenga, "Ako ay natutuwa.

Ikaw, kawawang nilalang! Pinili mong mabuhay, at ako ay natutuwa."

Tinungo ko ang pinagmulan ng tunog, ngunit ang demonyo ay naislip mula sa aking kapitangan. Saka, umakyat ang buong buwan at nag-illuminate sa kanyang nakakatakot at baluktot na katawan habang siya'y tumakas ng may kahanga-hangang bilis.

Tinuluyan ko siya sa loob ng maraming buwan. Sa pamamagitan ng isang kahinahinalang tadhana, nakita ko ang demonyo na nagsusulong sa isang barko patungong Dagat Itim sa madaling araw. Naging kasing swerte ko na makapasok sa parehong barko, ngunit sa kahit na anong kaparaanan, siya'y nakatakas, at hindi ko alam kung paano.

Sa gitna ng mga malalayong lupa ng Tartary at Russia, kahit na kahit maiwasan niya akong mahuli, patuloy kong sinusundan ang kanyang bakas. Minsan, ang takot na mga magsasaka ay nagsasabi sa akin na nakita nila siya. Paminsan-minsan, siya mismo ay nag-iiwan ng mga tanda, sa takot na kapag nawala na ako sa kanyang mga bakas, mawawalan din ako ng pag-asa at mamamatay. Ang lamig, gutom, at pagod ay mga magaang pasakit na aking pinagdaraanan. Ako'y sinumpa ng isang demonyo. Kapag ako'y lubos na nawawalan ng pag-asa, ang espiritung ito'y magliligtas sa akin mula sa mga tila malalaking hadlang. Minsan, kapag ako'y malubhang nagugutom at wala nang bumubuhay sa akin, isang kahit konting kainan ay mistulang bigla na lang naglilitaw. Sa buong aking paglalakbay, natatagpuan ko ang mga munting pasilidad ng ginhawa rito at riyan. Parang ang tadhana mismo ay tumutulong sa aking paghabol.

Sumusunod ako sa mga daan ng mga ilog kung maaari, ngunit ang nilalang na hinahabol ko ay karaniwang nag-iwas sa mga lugar na iyon dahil doon nakatira ang karamihan sa mga tao. Sa ibang mga lugar, bihira kong makita ang anumang tao, kaya umaasa ako sa mga hayop na nakakasalubong ko para sa pagkain. Mayroon akong kaunting pera, na ginagamit ko upang makipagkaibigan sa mga taga-bayan sa pamamagitan ng pagbibigay sa kanila. Minsan, dala ko ang mga pagkaing napagsipagan ko at bahagi nito'y ibinabahagi ko sa mga taong nagbigay sa akin ng apoy at mga kagamitan sa pagluluto.

325   Ang aking buhay ay napakahirap, maliban nalang kung ako ay tulog. Ang pagkakatulog ang nagdudulot sa akin ng kaligayahan at saya sa aking mga panaginip. Parang ang mga espiritu na nagbantay sa akin ang nagbibigay ng mga sandaling ito ng kaligayahan upang manatiling matatag sa aking paglalakbay. Kung wala ang mga sandaling ito ng pahinga, baka ako ay sumuko na. Sa mga araw, hinahawakan ko ang pag-asa ng gabi. Sa aking mga panaginip, nakikita ko ang aking mga kaibigan, asawa, at minamahal na bansa. Nakikita ko ang mabait na mukha ng aking ama, naririnig ang kahal-ihalina niyang tinig ng aking asawa, at nakikita si Clerval, malusog at kabataan. Minsan, kapag pagod na ako sa lakad, pinapaniwala ko ang sarili ko na ako ay nananaginip lamang at na magigising ako kasama ang aking mga minamahal na kaibigan sa aking tabi. Lubos ko silang minahal at nanghawakan sa mga alaala nila, kahit na ako ay gising. Sa mga sandaling iyon, nawala ang aking pagnanasa para sa paghihiganti laban sa nilalang at nagpatuloy ako sa aking paglalakbay, hindi dahil sa gusto ko, kundi dahil ito ay nagdudulot sa akin ng pakiramdam na ako ay gabay ng isang di-nakikitang puwersa.

326   Hindi ko alam kung ano ang naramdaman ng taong sinusundan ko. Minsan, nga'y iniwan niya ang mga mensahe sa mga puno o bato na humahantong sa akin at nagpapapagalit. Sa isa sa mga mensaheng ito, sinasabi niya, "Ako pa rin ang naghahari. Buhay ka pa, ngunit nasa akin ang kapangyarihan. Sundan mo ako. Patungo ako sa yelo sa hilaga, kung saan dadanas ka ng malamig na lamig na hindi ko namamalayang kahit. Kung susundan mo agad, matatagpuan mo ang isang patay na kuting malapit sa lugar na ito. Kainin mo ito at magpapalakas ka. Patuloy kang lumalapit, kaaway ko. Kailangan pa nating ipaglaban ang ating mga buhay, ngunit mararanasan mo ang maraming mahirap at malungkot na oras hanggang dumating ang panahon na iyon."

Kahindik-hindik na demonyo! Hahanapin ko ang aking paghihiganti muli. Dadanasin at mamamatay kang mababangis na halimaw. Hindi ako hihinto sa paghahanap sa iyo hangga't isa sa atin ay wala na. At kapag yaon ay dumating, sasalubungin ko na lamang ang aking Elizabeth at mga kaibigan na yumao. Naghihintay sila sa akin at akin silang masusumpungan para sa lahat ng hirap at takot na tinahak ko!

Sa patuloy kong paglalakbay patungong hilaga, ang niyebe ay lumalalim at sumosobra ang lamig. Halos hindi ko na maipagpatuloy. Nanatili sa loob ng kanilang mga maliit na bahay ang mga taong lokal, at iilan lamang ang matapang na lumalabas upang mangisda ng mga hayop na desperado sa pagkain. Ang mga ilog ay namamalat, kaya hindi ako makahuli ng anumang isda, na karaniwang aking pinagkukunan ng pagkain.

Mas lalong lumalalim ang mga hamon ko, mas nalulugmok sa tagumpay ang aking kalaban. Isang mensaheng iniwan niya na nagsasabing: "Maghanda ka! Ang mga hirap mo ay magsisimula pa lamang. Takpan ang iyong sarili ng mainit na balahibo at magtipon ng pagkain, dahil malapit na tayong magsimula sa isang paglalakbay kung saan ang iyong pagsisikap ay magpapawi sa aking galit."

Ang mga mapang-insultong salitang ito ay lalo pang nagpalakas ng aking tapang at determinasyon. Nagdesisyong matibay ako na hindi susuko sa aking misyon. Patuloy akong nagpatuloy kahit sa mga kahirapang hindi ko pa nasasapatan. Hindi ako umiyak, sa halip, lumuhod ako at, may pusong puno ng pasasalamat, nagpapasalamat sa espiritu sa paggabay sa akin nang ligtas sa lugar na ito. Sa kabila ng mga pag-uuyam ng aking kalaban, dito ko sana pinangarap na wakasan at hadlangan siya.

Ilanang linggo ang nakalipas, nagkaroon ako ng isang sled at ilang mga aso na nagbigay sa akin ng kakayahan na mabilis na maglakbay sa sasnibarang lugar. Hindi ko alam kung may parehong patunay ang nilalang, pero napansin ko na nahahabol ko siya. Sa oras na nakita ko ang karagatan, isang araw na lamang ang layo niya sa akin. Umaasa akong makahabol sa kanya bago niya maabot ang dalampasigan.

Sa bagong ganap na tapang, nagpatuloy ako sa aking paglalakbay. Sa loob lamang ng dalawang araw, dumating ako sa isang maliit at malungkot na bayan malapit sa dagat. Tinanong ko ang mga mamamayan tungkol sa nilalang at ibinigay nila sa akin ang mga detalye. Ini-describe nila ang isang kahindik-hindik na hugis na dumating noong nakaraang gabi. Armado siya ng isang baril at maraming pistola. Inagaw din niya ang kanilang suplay ng pagkain para sa tag-lamig at ini-load ito sa kanyang sled. Upang pamahalaan ang sled, sapilitang kinontrol niya ang isang malaking grupo ng mga duck trained.

Sa takot na tanaw ng mga mamamayan, tinali niya ang mga aso sa sled at nagpatuloy sa kanyang paglalakbay sa ibabaw ng dagat, patungong sa isang direksiyon na walang kalupaan. Ang mga mamamayan ay naniniwala na malapit na mamamatay siya, maaaring sa pagbali ng yelo o sa sobrang lamig.

Nang marinig ang impormasyong ito, bigla akong nadaramang napuno ng lungkot. Naitakas na ng halimaw sa akin, at ngayon ay kailangang maglakbay ako sa isang mapanganib at tila walang katapusan na paglalakbay sa ibabaw ng nalalamig na karagatan. Bilang isang taga-mainit na lugar, alam kong napakaliit ng tsansang mabuhay. Gayunpaman, alam kong kailangan kong magpatuloy sa aking mga layunin at hanapin ang paghihiganti. Naghanda ako para sa darating na paglalakbay.

Inipon ko ang aking karwahe ng lupa at palitan ito ng isa na partikular na dinisenyo para sa paglilibot sa hindi pantay na mga lugar ng Iyong Ocean. Naglaan din ako ng sapat na suplay ng pagkain bago magtungo mula sa lupa.

Hindi ko maaaring sabihing tiyak kung ilang araw na ang lumipas mula noon. Isang beses pagkatapos ng isang beses, ang malamig na temperatura ay bumabalik, nagtatatag ng ligtas na mga daan sa ibabaw ng muling lumalagong dagat.

Batay sa dami ng pagkain na aking kinain, iniisip kong mga

tatlong linggo na ako naglalakbay. Ang patuloy na pagkakalayo ng aking pag-asa ay lalong nagpaparamdam sa akin ng kalungkutan at pagkapusong-puso. Halos tuluyan na akong sinakop ng panghihi-nayang at malapit nang sumuko sa kapighatian na ito. Isang beses, matapos na makarating sa tuktok ng isang patag na bundok ng yelo ang mga pagal na hayop na nagdadala sa akin, napagod ang isa sa kanila at binawian ng buhay. Nang tumingin ako sa malawak na yelong kapatagan sa aking harapan, naramdaman ko ang malalim na kalungkutan. Subalit, may nakahuli ng aking pansin – isang madilim na mantsa sa madilim na kapatagan. Tumutok ako ng aking paningin upang malaman kung ano ito, at hindi ako makapaniwala nang maunawaan kong ito ay isang karosa at ang deformed na hugis ng isang taong kilala ko. Oh! Ang pakiramdam ng pag-asa ay nagtustos ng aking puso ng kaginhawahan! Puno ng luha ang aking mga mata, ngunit mabilis kong pinunasan ang mga ito upang malinaw kong makita ang nilalang. Gayunpaman, malabo pa rin ang aking paningin dahil sa luha, at hindi ko na mapigilan ang pag-iyak at malakas na umiyak.

331 Ngunit hindi ito ang tamang panahon para maghintay. Ini-alis ko ang bangkay ng aso mula sa iba, binigyan sila ng sapat na pagkain, at pagkatapos ng isang oras na pahinga, na kinakailangan subalit nakakapag-inis sa akin, nagpatuloy ako sa aking paglalakbay. Natanaw ko pa rin ang sled, at hindi ko na ito kailanman nawala sa paningin, maliban sa mga pagkakataon na pansamantalang natatakpan ito ng mga istrukturang yelo. Sa katunayan, lalong luma-lapit ako dito, at nang matanaw ko ang aking kaaway pagkaraan ng halos dalawang araw ng paglalakbay, nasa isang milya lamang ang layo niya. Sumigla ang aking puso sa tuwa.

Ngunit sa sandaling lubos na malapit na akong hulihin ang aking kaaway, biglang nasira ang aking mga pag-asa, at nalugmok ako sa pagkatangawalang-bahala. Narinig ko ang pagrindi ng lupa sa ilalim ko, habang lalong lumalakas ang angay ng umaalulong dagat. Sinubukan kong magpatuloy, subalit walang silbi. Dumadagundong ang hangin, ginagalit ng dagat, at kasama ng malakas at malupit na pagkabagsak ng lupa, ito'y nagkahiwahiwalay at nagkasira. Mabilis ang proseso. Sa loob ng ilang minuto, isang maalab na karagatan ang naghiwalay sa akin at sa aking kaaway, at ako'y iniwang stranded sa isang kumikitikit na piraso ng yelo. Takot ako sa aking kamatayan.

332   Sa ganitong paraan, tinagumpayan ko ang maraming nakakatakot na oras. Ilan sa aking mga aso ay namatay. Nasa bingit na ako ng pagbagsak sa sobrang kahirapan. Ngunit pagkatapos, napansin ko ang inyong barko. Kahit gaano ako kapagod, itinulak ko ang aking dulong-yelo papunta sa inyong barko. Kahit pa inyong tinatahak ang hilaga, nagpasya akong umasa sa awa ng dagat kaysa sumuko sa aking misyon. Ang plano ko ay papaniwalaan kayo na bigyan ako ng isang bangka upang mabatid patuloy akong habulin ang aking kaaway. Gayunpaman, kayo ay patungo sa hilagang direksyon. Nang ako ay nasa pinakamahina kong punto, inakyat ninyo ako sa inyong barko, iniligtas ako. Ngunit ngayon, ang aking misyon ay nananatiling hindi tapos.

333   Oh! Kailan ba ipapakita sa akin ng aking gabay na espiritu ang awa at pagpapahinga? O kailangan ba akong mamatay habang tuloy siyang nabubuhay? Kung gayo'y ipangako sa akin, Walton, na hindi siya makakaligtas. Ipangako sa akin na iyong matatagpuan siya at susuyuin ang paghihiganti sa pamamagitan ng pagwakas ng kanyang buhay. Ngunit dapat ko ba talaga hilingin sa iyo na tang-gapin ang aking paglalakbay at tiisin ang mga hirap na aking kina-harap? Hindi, hindi ako ganun kasakim. Gayunpaman, kapag ako ay hindi na nabubuhay, kung siya'y lalapit sa'yo, kung ang mga taga-paghiganti ang siyang magdadala sa kanya sa'yo, sumumpa na hindi siya mabubuhay - sumumpa na hindi niya pagwawagi ang aking walang hanggang kalungkutan at itutuloy ang kanyang madilim na mga kasalanan. Siya ay bihasa sa pagsasalita at pagkumbinsi, at ang kanyang mga salita ay minsan nagkaroon ng epekto sa aking puso. Ngunit huwag kang magtiwala sa kanya. Ang kanyang kaluluwa ay kasamaan katulad ng kanyang anyo, puno ng panlilinlang at masamang hangarin. Huwag kang makinig sa kanya. Sa halip, tawagin ang mga espiritu nina William, Justine, Clerval, Elizabeth,

ang aking ama, at ang malas na Victor. Isaksak ang iyong tabak sa kanyang puso. Ako'y malapit lang, ginagabayan ang iyong kamay.

~

WALTON, patuloy sa kanyang kuwento.

Agosto 26, 17—.

Margaret, nabasa mo ang kakaibang at nakakatakot na kwentong ito. Hindi ba nagpapalamig ng dugo sa takot ang iyong katawan tulad ng akin? Ang pakikinig sa kanya habang nagsasalita ay nagpapakita ng kanyang iba't ibang emosyon. Siya ay malungkot, tahimik, ngunit may matinding pagnanais sa paghihiganti.

Ang kanyang kuwento ay lohikal at sinasabi ng may kahulugan at katotohanan. Gayunpaman, kailangan kong aminin na ang mga liham mula kay Felix at Safie na ipinakita niya sa akin, pati na rin ang pagkakakita namin sa monstrong iyon mula sa aming barko, ay lalong nagpapatunay sa akin. Gayon, ang monstrong ito ay tunay na umiiral! Hindi ko ito maaaring pagdudahan. Ako'y namangha at nagulat. Sa mga pagkakataon, sinubukan kong matuto mula kay Frankenstein kung paano niya nilikha ang nilalang na ito, ngunit tumanggi siya na ibahagi ang anumang mga detalye tungkol dito.

"Nababaliw ka ba, kaibigan ko?" sabi niya. "Saan humahantong ang walang-saysay na pagkausyoso mo? Gusto mo bang lumikha ng diyabolikong kaaway para sa sarili mo at sa mundo? Pakalma lang, pakalma! Muling pakinggan ang mga kalungkutan ko at huwag mong subukan na palalain pa ang iyong sarili."

Natuklasan ni Frankenstein na sinulat ko ang kanyang kwento: gustong basahin ito at gumawa ng ilang pagbabago at karagdagang mga detalye, lalo na kapag tungkol sa mga usapan niya sa kanyang kalaban. "Ngayong ikaw ay nakapagrekord ng aking kwento," sabi niya, "ay hindi ko nais na isang hindi kumpletong bersyon ang mailathala sa mga susunod na henerasyon."

Lumipas ang isang linggo at habang nakikinig ako sa pinakasamahang kuwentong nabuo ng imahinasyon. Ang aking mga kaisipan at bawat damdamin ng aking kaluluwa ay nasumpungan ng interes para sa aking bisita. Nais kong kumportahin siya, ngunit wala siyang ibang nadarama kundi ang kasiyahan sa kanyang kahi-walayan at kalituhan. Sa ibang salita, naniniwala siya na kapag siya'y nananaginip na kausapin ang kanyang mga kaibigan at natatagpuan ang kasiyahan o lakas ng loob para sa kanyang paghihi-ganti, hindi lamang mga likha ng kanyang imahinasyon ang mga ito, kundi tunay na mga nilalang mula sa ibang mundo. Nakapupukaw ng kamangha-mangha.

Hindi laging tungkol sa sariling kuwento at mga kahirapan niya ang aming mga pag-uusap. May malawak siyang kaalaman sa iba't ibang mga paksa at mabilisang pang-unawa. Nagsasalita siya ng may puwersa at damdamin, at hindi ko maiwasang umiyak kapag siya'y nagkukwento ng malungkot na kuwento o nagtatangkang manghikayat ng awa o pag-ibig. Anong kahanga-hangang tao siguro siya noong siya'y matagumpay! Kahit sa kanyang pagbagsak, nana-natiling marangal at kahanga-hanga. Wari'y nauunawaan niya ang sariling halaga at saklaw ng kanyang trahedya.

337   "Nang ako'y mas bata," simula niya, "akala ko'y may malaking layunin ako. Iniisip ko na mali ang itapon ang aking mga talento sa walang saysay na kalungkutan, gayong pwede ko itong gamitin upang tulungan ang iba. Nang tiningnan ko ang mga gawang aking nagawa, hindi ko nakita ang aking sarili bilang isa pang karaniwang mangarap. Ngunit ngayon, ang mismong kaisipang ito na dati'y nagtaas sa akin ay pumipitik na lamang ako sa lalim ng kalunos-lunosang kalungkutan. Ang lahat ng aking mga plano at mga pag-asa ay walang saysay. Simula pa noong ako'y batang siyam, puno na ako ng ambisyon at malalaking pangarap. Ngunit, oh, gaano na nga ang aking pagkalugmok! Kaibigan, kung ako'y nakilala mo noong ako'y nasa aking pinakadakila, hindi mo maaaring paniwalaan na ito ay ang parehong tao ngayon na walang ningning at kahalagahan. Bihira ang kabanata ng kawalan ng pag-asa sa aking puso. Noon, parang isang dakilang kapalaran ang pumukaw sa akin, hanggang sa ako'y nahulog at hindi na muling bumangon."

338   Kailangan ko bang mawala ang napakagandang taong ito? Matagal ko nang hinahanap ang isang kaibigan, isang taong maunawaing magmamalasakit sa akin. At ngayon, dito, sa gitna ng kawalan, natagpuan ko ang taong iyon. Ngunit natatakot ako na baka natagpuan ko lamang siya upang maunawaan kung gaano siya kahanga at pagkatapos, mawala siya. Gusto kong tulungan siya na makita ang kagandahan ng buhay, ngunit itinataboy niya ang ideyang iyon.

339   "Salamat, Walton," sabi niya, "sa pagiging mabait sa isang taong katulad ko na laging malungkot. Pero kapag pinag-uusapan mo ang mga bagong koneksyon at mga bagong damdamin, sa tingin mo ba may makapalit sa mga nawala? May iba pa ba na maaaring maging tulad ni Clerval sa akin, o may iba pang babae na maaaring maging isa pang Elizabeth? Kahit hindi gaanong malakas ang mga damdamin, ang mga kaibigan natin noong bata tayo ay laging nagtataglay ng kakaibang puwersa sa ating isipan na halos hindi kaya ng anumang kaibigan sa paglaki natin. Alam nila kung ano tayo noong bata pa tayo, at kahit magbago tayo sa paglaki, hindi kailanman lubos na mawawala ang mga bahagi natin na iyon. Sila ang maunawaan ang ating mga kilos at masuri kung ang ating mga layunin ay mabuti. Ang kapatid o kapatid ng isa ay hindi kailanman magdududa sa kapwa kung maging ang maliliit na palatandaan, subalit ang iba pang kaibigan, gaano man kalapit, ay maaring ituringin sa pag-aalinlangan paminsan-minsan. Ngunit may mga kaibigan ako na espesyal hindi lamang dahil sanay kami sa isa't isa, kundi dahil sa kanilang sariling kakayahan. At kahit saan ako naroroon, lagi kong maririnig ang nakakagaan-loob na boses ni Elizabeth at ang mga usapan ng Clerval sa aking pandinig. Wala na sila ngayon, at sa ganitong kalungkutan, mayroon lamang isang dahilan para gusto kong mabuhay. Kung ako ay mapapabilang sa isang malaking at mahalagang proyekto na magdadala ng tulong sa iba, maari akong mabuhay upang matapos ito. Pero hindi iyon ang nakalaan para sa akin. Kailangan kong habulin at patayin ang

nilalang na aking nilikha, at tanging sa gayon lamang matutupad ang layunin ko sa mundo, at maaring mamatay."

340   Setyembre ika-2.

Mahal kong Ate,

Nagsusulat ako sa'yo sa isang delikadong sitwasyon, hindi tiyak kung makikita ko pa ang Inglatera o ang mga kaibigan na napakahalaga sa akin. Nasa paligid ko ang malalaking bundok ng yelo na puwedeng sumalanta sa aming barko sa anumang sandali. Ang mga matatapang na lalaki na sumama sa akin ay umaasa sa tulong ko, ngunit wala akong maiaalay. Ang aming kalagayan ay lubhang nakakatakot, ngunit patuloy akong may tapang at pag-asa. Mahirap isipin na ang buhay ng mga lalaking ito ay nasa panganib dahil sa akin. Kung kami ay mawawala, ito ay dahil sa aking mga kamangmangan.

At ano ang iniisip mo, Margaret? Umaasa akong hindi mo kailanman maririnig ang tungkol sa aking kamatayan at na umaasam kang ako'y babalik. Maraming taon ang dadaan, at mararamdaman mo ang pagkalungkot ngunit mananatiling may pag-asa. Oh, mahal kong Ate, ang kaisipang ikaw ay mabigo at mawalan ng pag-asa ay higit na masakit sa akin kaysa sa aking sariling kamatayan. Ngunit ikaw ay may asawa at mga magagandang anak, kaya dapat kang maging masaya. Nawa'y pagpalain ka ng Langit at dalhin ka sa kaligayahan!

341   Aking bisita, na tulad ko rin na kapus-palad, tinitingnan ako ng malambing na sambahayan. Sinisikap niyang magbigay sa akin ng pag-asa at nagsasalita na parang ang buhay ay isang mahalagang bagay. Ipinapagsaysay niya ang mga kuwento ng ibang mga mandaragat na nagharap ng kaparehong aksidente sa dagat na ito at nagtagumpay pa rin. Bagaman laban sa aking sarili, binubusog niya ako ng mga positibong saloobin. Pati na ang mga mandaragat ay na-inspire sa kanyang mga salita. Kapag siya ay nagsasalita, wala silang nararamdamang pagkawalang pag-asa. Sinisigla niya sila. Gayunpaman, ang mga emosyong ito ay hindi nagtatagal. Araw-araw kami ay naghihintay na walang kasiguraduhan, ang takot ay unti-unting

sumisingit, at natatakot ako na maaaring magkaroon ng pag-aaklas dahil sa kawalan ng pag-asa.

Setyembre 5th.

May nangyaring napakakawili-kawili, at bagaman napakahalas na hindi mo ito mababasa, hindi ko mapigilang isulat ito.

Kami pa rin ay napalibutan ng mga mataas na bundok ng yelo, at may malaking panganib pa rin na maapakan ang aming barko. Lubhang malamig ito, at marami sa aking kaibigan ang. Ang kanyang mga mata ay nagpapakita pa rin ng mga palatandaan ng lagnat, ngunit siya ay pagod. Kapag siya ay nagsisikap na gumawa ng anumang bagay, siya agad na nagiging mahina at walang buhay muli.

Sa aking huling liham, sinabi ko sa iyo ang aking mga pag-aalala tungkol sa isang posibleng rebelyon. Ngayong umaga, may naganap na hindi inaasahan. Nakahiga ako kasama ang aking kaibigan, na mukhang napakapayat at pagod, nang dumating ang isang grupo ng mga mandaragat sa aking kubol. Sila ang napili para makipag-usap sa akin sa ngalan ng ibang mga mandaragat. Nag-aalala sila na kung malalaya tayo mula sa yelo at magkaroon ng pagkakataon na makatakas, maaaring ituloy ko ang mapanganib na paglalakbay sa halip na pumunta sa timog para sa kaligtasan. Nais nila na aking pangako na kung malalaya tayo, agad kong babaguhin ang aming tatahaking direksyon patungo sa timog.

Nabahala ako sa hiling na ito. Hindi pa ako sumusuko sa pag-asa, at hindi ko pa naisip na bumalik kung malalaya kami. Ngunit maaari ba akong tumanggi sa kanilang kahilingan? Hindi agad ako maka-pagpasya. Habang ako'y nag-aalinlangan, biglang nagsalita si Frankenstein, na tahimik at mahina. Mukha siyang determinado at energized. Tumingin siya sa mga mandaragat at sinabi-

"Ano ang ibig mo sabihin? Ano ang ninanais mo mula sa iyong kapitan? Ganun na lamang ba ang iyong pagbabago ng mga plano? Hindi ba ninyo tinawag na dakilang ekspedisyon ito? At bakit nga ba ito dakila? Hindi dahil ang paglalakbay ay madali at kalmado tulad ng mainit na dagat, kundi dahil ito ay puno ng panganib at takot.

Bawat bagong hamon ay nangangailangan ng inyong lakas at katapangan. Kinailangan ninyong harapin ang panganib at kamatayan at labanan ang mga ito. Ito ang nagpapabukas nito ng dakila, ito ang nagpapabukas nito ng isang karangalan na misyon. Inaasahan kayong purihin bilang mga bayani, mga taong humarap sa kamatayan para sa karangalan at sa kabutihan ng sangkatauhan. Ngunit ngayon, sa unang tanda ng panganib, o kung mas gusto ninyo, sa unang malaking pagsubok sa inyong tapang, kayo ay umurong at kuntentong maging kilala bilang mga taong hindi kayang harapin ang lamig at panganib. Kaya, kawawang kaluluwa, naramdaman ninyo ang lamig at nagbalik kayo sa inyong mainit na tahanan. Hindi na kailangan ng ganitong pagtatayo. Hindi na kinakailangang maglakbay kayo nang malayo at magdala ng kahihiyan sa inyong kapitan para patunayang kayo'y mga duwag. Oh, maging mga lalaki, o kaya ay higit pa sa lalaki. Manatiling tapat sa inyong mga layunin at maging matatag tulad ng bato. Ang yelong ito ay hindi kasing tibay ng inyong mga puso. Maaaring magbago ito, at hindi nito kayo tatagal kung ipasya ninyong hindi niya kayang sumalungat sa inyo. Huwag kayong umuwi sa inyong mga pamilya na may kahihiyan ng kabiguan sa inyong mga mukha. Balik kayo bilang mga bayani na lumaban at nagtagumpay, na hindi kailanman bumalimbing sa kalaban."

344 Sa isang tinig na nagpapahayag ng iba't ibang damdamin sa buong kanyang pagsasalita at mga mata na puno ng malalaking plano at katapangan, siya'y nagsalita. Maunawaan mo ba kung bakit nagugulantang ang mga lalaking ito? Tumingin sila sa isa't isa at hindi makapagsalita. Sumalampalataya ako at sinabihan sila na bumalik at pag-isipan ang lahat ng nasabi. Sinabi ko na hindi ko sila dadalhin pa pakanluran kung matindi ang kanilang pagtutol, ngunit umaasa ako na sa tulong ng panahon na magbabalik ang kanilang tapang.

Umalis sila, at ako'y lumapit sa aking kaibigan, ngunit siya ay mahina at malapit nang mamatay.

Hindi ko alam kung paano ito magwawakas, ngunit mas gugustuhin ko pang mamatay kaysa umuwi na may kahihiyan na hindi nagawa ang aking misyon. Bagaman may takot ako na iyan marahil ang aking kapalaran. Ang mga lalaki, na wala nang ideya ng kadakilaan na sumusuporta sa kanila, hindi na kaya ang mga hirap na kanilang nararanasan.

Setyembre 7th.

Napagpasyahan na; pumayag na akong bumalik, kung hindi tayo malilipol. Ang aking mga pag-asa ay nasira ng kahinaan at kawalang desisyon. Ako'y babalik na walang kaalaman at nadismaya. Kailangan ko ng higit pang lakas kaysa sa aking meron upang mapagtimpiang harapin ang kawalan ng katarungan na ito ng pasensya.

Setyembre 12th.

Tapos na; babalik na ako sa Inglaterra. Nawala ang mga pangarap ko na tumulong sa iba at magkamit ng kadakilaan. Nawala ang aking kaibigan. Ngunit susubukan kong ipaliwanag lahat ng malulungkot na detalyeng ito sa iyo, aking minamahal na kapatid. Habang naglalayag papunta sa Inglaterra at sa iyo, hindi ako mawawalan ng pag-asa.

Ito ay ang pagsasalin namin:

Ika-9 ng Setyembre, nagsimulang umalís ang yelo, at may malalakas na lumulundag na tunog na parang kulog habang ang mga isla ay nagguwang sa bawat direksyon. Nasa malaking panganib kami, pero dahil sa wala kaming magagawa tungkol dito, inalagaan ko na lamang ang aking malas na bisita na mas lalo pang nagdusa at kailangang manatiling nakahiga sa kama. Umuga ang yelo sa likod namin at mabilis na tinulak patungong hilaga. May hangin na dumating mula sa kanluran, at noong ika-11, ang daan patungong timog ay lubos na nagliwanag. Nang makita ng mga mandaragat ito at maunawaan nilang babalik na sila sa kanilang tahanan, sila'y nagsigawan nang may malaking kasiyahan ng matagal na panahon. Nagising si Frankenstein mula sa kanyang pagkakatulog at nagtanong kung bakit sila'y ganyan kagulo. "Nagsisigawan sila," sabi ko, "dahil sa lalong madaling panahon, sila'y babalik na sa England."

"Talagang plano mo ring bumalik?"

"Sa kasamaang palad, oo. Hindi ko maaring tanggihan ang kanilang pakiusap. Hindi ko maaring dalhin sila sa panganib laban sa kanilang kagustuhan, kaya't dapat akong bumalik."

"Kung iyan ang gusto mo, sige. Pero ako hindi. Hindi ko kayang isantabi ang aking layunin. Ito ang ipinagkaloob sa akin ng langit, at hindi ko ito maaaring balewalain. Maaaring mahina ako, ngunit naniniwala ako na magbibigay sa akin ng sapat na lakas ang mga espiritung tumutulong sa akin sa paghanap ng paghihiganti." Sinubukan niyang tumayo mula sa kama, ngunit masyadong mabigat para sa kanya. Siya'y bumagsak at nagwala.

346 Noong una, tila wala nang pag-asa ang kalagayan niya at inakala kong siya ay patay na. Sa wakas, binuklat niya ang kanyang mga mata, ngunit nahihirapan siya sa paghinga at pagsasalita. Binigyan siya ng doktor ng gamot upang tulungan siyang magpahinga at pinakiusap sa amin na hayaan siyang mag-isa. Sinabi rin ng doktor na kulang na lang ang natitirang oras ng aking kaibigan.

347 Ibinigay na ang kanyang parusa, at ako ay nalulungkot at mapagtimpi. Nakaupo ako sa tabi ng kanyang kama, pinagmamasdan siya. Sarado ang kanyang mga mata, at inisip kong natutulog siya. Ngunit bigla, tinawag niya ako sa mahinang boses at hiningi na lumapit ako. Sinabi niya, "Ay, hindi! Ang lakas na pinaghahawakan ko ay nawala na. Pakiramdam ko, malapit na akong mamatay, at ang aking kaaway, yaong sumakit sa akin, marahil ay buhay pa. Sana huwag mong isipin, Walton, na sa aking mga huling sandali ay mayroon akong matinding galit at malalim na pagnanasa para sa paghihiganti katulad ng dati. Pero nararamdaman ko na gumagalang dapat na siyang mamatay. Nitong mga nakaraang araw, pinag-isipan ko ang aking mga nakaraang aksyon, at hindi ko nakikita ang mga ito bilang mga pagkakamali. Sa isang sandaling nagapiwan akong sigla, nilikha ko ang isang nilalang na may kakayahang mag-isip at tinanggap ang responsibilidad na

tiyakin ang kanyang kaligayahan at kabutihan hangga't aking makakaya. Iyon ang aking tungkulin, ngunit may isa pang tungkulin na mas mahalaga. Ang mga tungkulin ko sa ibang tao ay may mas malakas na karapatan sa aking atensyon dahil sila ay may kakayahang maranasan ang kaligayahan o kalungkutan. Kasunod nito, tumanggi ako na lumikha ng kasama para sa unang nilalang. Ipinakita niya ang di-matatawarang kasamaan at katapatan sa sarili. Sinira niya ang aking mga kaibigan at hinatulan ng kamatayan ang mga nilalang na may kakayahang maranasan ang tuwa, kaligayahan, at karunungan. At wala akong ideya kung saan magtatapos ang uhaw na ito para sa paghihiganti. Dapat siyang mamatay upang hindi na niya pahirapan ang sinuman. Ang tungkulin ko ay lipulin siya, ngunit nabigo ako. Noong ako ay pinagtulak ng masasamang motibo, humiling ako sa iyo na ipagpatuloy ang aking hindi natapos na gawain. At ngayon, sa oras na ako ay gabay ng katwiran at kahusayan, ako ay humihiling muli sa iyo."

"Subalit hindi ko maaaring hilingin sayo na iwanan ang iyong bayan at mga kaibigan upang matapos ang gawain na ito. At ngayong babalik ka na sa England, hindi malamang na magkaroon ka ng pagkakataon na makahanap sa kanya. Ngunit ipagkakaloob ko sa iyo na suriin ang mga bagay na ito at timbangin kung ano ang iyong tingin na iyong mga responsibilidad. Ang aking mga kaisipan at hatol ay may agam-agam na dulot ng malapit na pagdating ng kamatayan. Hindi ko kayang hilingin sayo na gawin ang itinuturing kong tama dahil maaari pa rin akong maapektuhan ng aking mga emosyon.

Pinapag-alala ako ng katotohanang maaari pa niyang magpatuloy sa pagdulot ng panganib. Paalam, Walton! Hanapin mo ang kaligayahan sa kapayapaan at iwasan ang ambisyon, kahit pa ito'y upang magpakilala sa siyensiya at mga pagtatuklas. Ngunit bakit ko ba sinasabi ito? Ang aking sariling mga pangarap sa mga layunin na ito ay nasira na, ngunit baka may iba pang magtagumpay."

Ang kanyang boses ay unti-unting humihina at pagkatapos ay naging tahimik. Mga tatlumpung minuto mamaya, sinubukan niyang magsalita muli ngunit hindi niya magawa. Mahina niyang pinaigting ang hawak sa aking kamay, at ang kanyang mga mata ay nagpatuloy nang nakapikit sa habang panahon.

349   Margaret, hindi ko alam kung ano ang sasabihin tungkol sa biglang pagkawala ng napakagaling na taong ito. Paano ko mailalahad ang lalim ng aking kalungkutan? Wala yatang sapat na salita. Umiiyak ako at nadarama ang bigat ng pagkadismaya. Ngunit nasa daan na ako patungong England, kung saan umaasa akong makakahanap ng kaunting kaginhawahan.

Hintay, may humaharang sa akin. Ano kaya ang ibig sabihin ng mga tunog na ito? Hatinggabi na, at mahina ang hangin. Halos hindi gumagalaw ang mga tauhan sa dekada. Naririnig ko muli, isang boses na tila tao ngunit mas malalim. Nanggagaling ito mula sa kubol kung saan ang mga labi ni Frankenstein ay naroon. Kailangan kong tumayo at tingnan ito. Magandang gabi, kapatid kong mahal.

Hala! Isang bagay na walang-katulad ang naganap! Hanggang ngayon, sumasakit pa rin ang aking ulo sa kaiisip dito. Hindi ko sigurado kung kaya kong maipaliwanag ito, ngunit hindi maihahalintulad ang kuwento kung walang kamangha-manghang wakas na ito.

350   Pumasok ako sa kubol kung saan nakahimlay ang mga labi ng aking kaibigang malungkot at kakaibang may kapansanan 'to. Sa itaas niya ay may isang bagay na hindi ko mahanap ang angkop na salita upang ilarawan; ito ay malaki ngunit tila kakaiba at nagkaroon ng distorsiyon. Habang nagpatikom ito sa tapat ng kabaong, ang mukha nito ay nawawala sa mahabang buhaghag na buhok. Ngunit ang isa sa mga kamay nito ay napakalaki, at tila ang kulay at tekstura nito ay katulad ng isang mumya. Nang marinig nito ako na papalapit, ito ay huminto sa pag-iyak sa kalungkutan at takot at mabilis na lumapit sa bintana. Hindi ko pa kailanman nakita ang isang mukha na kasingtakot at kahindik-hindik. Ito ay kahalayan, ngunit lubhang nakakatakot. Nagsara ako ng aking mga mata nang hindi sinasadya at sinubukan kong maalala kung ano ang dapat kong gawin sa harap ng halimaw na ito. Tinawag ko ito upang huminto.

Tumigil ito at tiningnan ako na may pagkahanga. Pagkatapos, ito ay bumalik sa walang-buhay na katawan ng kaniyang lumikha at tila nalimutan na ako ay naroon. Ang bawat ekspresyon at kilos ay nagpapakita na ang ito ay binabalot ng isang malikot na galit, labis sa kontrol nito.

"Siya rin ay aking biktima!" ito ay sumigaw. "Ang kanyang pagpaslang ay nagtatapos sa aking mga krimen. Ang kawawang buhay na aking pinagdaanan ay nagtatapos na! Oh, Frankenstein! Ikaw ay mabait at nag-alay ng iyong sarili para sa iba! Ano ngayon ang kabuluhan na hilingin ang iyong kapatawaran? Ako ay ganap na sumira sa iyo sa pamamagitan ng pagkuha sa mga bagay na iyong minamahal. Ay, siya ay malamig na at hindi na makapagpatugon sa akin."

Ang kanyang tinig ay tunog na tuluyan, at ang aking mga unang instikto na tuparin ang hiling ng aking kaibigan na mamatay at sirain ang kanyang kaaway ay naantala ng pagkakalito at pagkaawa. Lumapit ako sa malaking nilalang na ito, takot na tingnan ang kanyang mukha. Sinubukan kong magsalita, ngunit hindi ako maka-pagsalita. Ang halimaw ay patuloy na manalumpati, sinasabi ang mga bagay na walang kabuluhan. Sa wakas, nagkaroon ako ng lakas ng loob na kausapin siya sa sandaling huminto siya sa kanyang paglulupig ng emosyon. "Ang iyong pagdamay," sabi ko, "ay hindi na kinakailangan ngayon. Kung ikaw ay nakinig sa iyong konsensiya at hindi pinayagan ang iyong sarili na magpahayag ng kasamaan, si Frankenstein ay maaaring buhay pa ngayon."

"At sa tingin mo," ang halimaw ay nagsabi, "na hindi ko nadarama ang pasakit at pagkaantok noon? Siya," tinuro niya ang bangkay, "hindi siya naranasan ang hirap na naranasan ko. Akala mo ba na natutuwa ako sa pagdinig sa mga ungol ng sakit ni Clerval? Inatasan akong maranasan ang pag-ibig at pagkaawa, ngunit nang ang kahabag-habag na kalagayan ay pilitin ako sa poot, ang pagbabago ay nagdulot sa akin ng walang kakayahang pang-unawa na pagdurusa."

"Pagkatapos kong patayin si Clerval, bumalik ako sa Switzerland na puno ng kalungkutan at pagka-overwhelm. Nalulungkot ako para kay Frankenstein, ngunit nagbago ito sa lagim. Kapopootan ko ang aking sarili. Ngunit nang matuklasan ko na si Frankenstein, ang sumaksi sa aking paglalang at nagdulot sa akin ng walang kakaya-hang pang-unawa na pagdurusa, ay nagpapangarap ng kaligayahan habang patuloy niyang pinapataas ang hirap at pagkadismaya sa akin, nabuo sa akin ang sumpa at anggalit. Nais ko ang paghihiganti higit sa lahat. Naalala ko ang aking pangako at nagpasya na tuparin ito. Alam kong ang paghahanap ng paghihiganti ay magdudulot lamang sa akin ng mas maraming kirot, ngunit hindi ko mapigilan ang aking kahalaylayan. Ngunit nang siya'y namatay! Nako, wala akong kalungkutan noon. Binabawasan ko ang aking sarili sa lahat ng damdamin, lubusang nagpatalo sa aking pagkadalamhati. Ang kasamaan ang naging tunguhin ko. Nang simulaan ko ang landas na ito, hindi ko na maiwasang bumalik. Ang pagkumpleto sa aking plano ng paghihiganti ay naging isang dakilang obsesyon. At ngayon, tapos na; siya ang aking huling biktima!"

353   Una, naramdaman ko ang awa nang makita ko kung gaano siya kaapi-api. Ngunit nang maalala ko ang sinabi ni Frankenstein tungkol sa kanyang kakayahang mangumbinsi, hindi ko maiwasang mabahala muli. Sinabi ko sa kanya, "Ikaw ay masamang tao! Madaling para sa iyo na pumunta dito at magreklamo tungkol sa pinsalang idinulot mo. Sinunog mo ang isang grupo ng mga gusali, at kapag ang mga ito ay nasunog na, ikaw ay nakaupo sa gitna ng mga sirang gusali at umiiyak. Ikaw ay isang mapagkunwari at hali-maw! Kung ang taong iyong pinagluluksa ay nabubuhay pa, sila pa rin ang mauunang maging target mo, ang iyong sumpang paghihi-ganti. Hindi ka nagmamalasakit; ikaw ay nagdadalamhati dahil kinuha na sa iyo ang tao na iyong gustong saktan".

354   "Hindi ganoon ang sitwasyon, talagang hindi," pabulong na sabi ng nilalang. "Pero nauunawaan ko na maaaring iyon ang iyong iniisip base sa aking mga kilos. Hindi ko inaasahan na ikaw ay magdamayan sa akin o intindihin ang aking pagdurusa. Noong una, hinanap ko ang pag-unawa dahil nais kong ipamahagi ang pag-ibig

ng kabutihan at kaligayahan na aking nadarama. Ngunit ngayon, ang kabaitan ay tila isang malayong alaala na lamang at ang kaligayahan ay nagiging pait at pagkalungkot. Kaya, bakit pa ako mananaig ng awa? Okay lang sa akin na magdusa nang mag-isa hanggang sa wakas. Kapag ako'y mamatay, tanggap ko na alalahanin ako na puno ng pandidiri at kahihiyan. Noong una'y nanaginip ako na mamuno ng marangal na buhay, makamit ang kasikatan, at matagpuan ang kaligayahan. Umaasa ako na magkakaroon ng mga taong makakakita sa kabila ng aking anyo at matutunaw ang aking mga magagandang katangian. May mataas na ambisyon ako para sa dangal at pagsunod. Ngunit ngayon, ang aking mga kasalanan ay nag-ibaba sa akin pababa sa mas mababang antas kaysa sa pinakamababang hayop. Walang pagsisisi, pinsala, malisyang kahambugan, o kawalang-kasiyahan na maaring masaling sa aking sarili. Kapag pinag-usapan ko ang napakasamang talaan ng aking mga kasalanan, mahirap paniwalaan na ako nga ay yaong parehong tao na noong una ay may magagandang pangarap hinggil sa kabutihan. Subalit totoo, ako ay naging isang masasamang demonyo, katulad nung ibong nahulog mula sa langit. Gayunman, kahit yaong kalaban ng Diyos at sangkatauhan ay may mga kaibigan at kasama sa kanyang kalungkutan. Ako, buong buo akong nag-iisa."

355 "Ikaw, na nagmamalasakit kay Frankenstein bilang iyong kaibigan, tila alam mo ang mga masasamang bagay na ginawa ko at ang mga kapahamakan na kanyang pinagdaanan dahil sa akin. Ngunit sa kanyang paliwanag sa iyo, hindi nya ganap na nailahad ang mga buwan at oras ng kalungkutan na aking dinanas, nabuburo sa aking walang kapangyarihang galit. Kahit sinira ko ang kanyang mga pangarap, hindi ako nasiyahan sa aking ginawa. Palagi akong umaasam ng pagmamahal at pakikipagkaibigan, ngunit ako pa rin ay tinanggihan. Hindi ba ito hindi patas? Ako ba ang tanging may sala kapag pinagmalupitan ako ng lahat sa mundo? Bakit hindi mo kinamumuhian si Felix, na malupit na pinalayas ang kanyang kaibigan? Bakit hindi mo habagin ang taong taga-bayan na nagnanais na ipahamak ang tagapagligtas ng kanyang anak? Hindi, sila ay

mabubuting tao na walang kapintasan! Ako naman, ako ay malungkot at napabayaan. Ako ay itinuturing na walang silbing at hindi mahalagang bagay na dapat tanggihan, sipain, at pasakluban. Kahit ngayon, ako ay nagagalit kapag naiisip ko kung gaano hindi patas ang lahat ng ito."

356 Totoo nga na ako ay isang napakasamang tao. Ako ay pumatay ng mga inosente at walang kalaban-laban na mga tao. Ako ay humanggal ng buhay ng isang taong hindi naman sumasakit sa akin o sa sinuman. Ako ang nagdulot ng matinding pagdurusa sa aking lumikha, na kumakatawan sa lahat ng kabutihan at karapat-dapat na pagmamahal. Ako ay walang humpay na hinabol sila hanggang sa kanilang maagang kamatayan. Sila ngayon ay walang kibo at walang buhay. Iyong kinamumuhian ako, ngunit hindi kayang pantayan ng iyong poot ang nararamdaman ko tungkol sa aking sarili. Nakikita ko ang mga kamay na gumawa ng mga kamandag na ito at iniisip ko ang puso na nag-imahin ng mga ito. Pagnanais ko ang araw na hindi na makikita ang mga kamay na iyon at kung kailan hindi na magpa-pahirap ang mga mapanghusgang saloobin sa aking isipan.

357 "Wag kang mag-alala na ako'y magdidulot pa ng mas malalang pinsala sa hinaharap. Malapit na akong matapos sa aking tungkulin. Hindi ko na kailangan ng sinuman, kasama ka man, na mamatay para tapusin ang aking misyon. Ngunit kailangan kong tapusin ang aking sariling buhay. Plano ko na hiwalayan ang iyong bangka sa isang yelo na paru-parong nagdala sa akin dito at maglakbay tungo sa pinakadulong bahagi ng North Pole. Doon, ako ay mag-iipon ng kahoy para sa isang sigarilyo ng libingan at susunugin ang mga kahong katawan na ito. Ayaw ko na ang sinuman, laluna ang mga may baluktot na hangarin, ang gamitin ang aking mga labi para lumikha ng ibang halimaw gaya ko. Mamamatay ako. Hindi ko na tatagpuin ang pagsasakit na sumasapi sa akin ngayon o magdusa sa mga hindi natupad na mga hangarin. Ang taong nagbigay sa akin ng buhay ay patay na at kapag ako'y wala na, walang na maaalaala sa atin. Hindi na ako makakakita ng araw, ng mga bituin, o maram-daman ang hangin sa aking mukha. Liwanag, damdamin, at mga

pandamdam ay unti-unting mawawala, at iyon ang kung paano ko mahahanap ang aking kaligayahan. Taon na ang nakakaraan, noong unang natutunan ko ang mga himala ng mundong ito—noong naramdaman ko ang init ng tag-init, narinig ang saglit na hagikhik ng mga dahon, at ang magagandang awit ng mga ibon—ang mga iyon ang naging buhay sa akin, at ako'y iiyak sa tuwing pumapasok sa isip ko na mamamatay. Pero ngayon, iyon na lang ang kaginhawaan na meron ako. Ako ay nabahiran ng aking mga kasalanan at sinasakop ng matinding pagkakasala. Ang kamatayan ang tanging paraan upang matagpuan ko ang kapayapaan.”

358   “Salamat sa iyo! Iiwanan kita, at ikaw ang huling taong aking makikita. Paalam, Frankenstein! Kung ikaw ay nabubuhay pa at may hangad na gumanti sa akin, mas mabuti sigurong matugunan ito habang ako ay buhay pa kaysa sa aking pagkalipol. Bagamat nadarama mong ikaw ay nasira, ang aking pighati ay tinahak ang daan ng higit pa sa iyo. Ang matinding kirot ng pagsisisi ay magpapatuloy magpakailanman.

“Ngunit, malapit na,” sabi niya, “ay mamamatay ako, at ang mga nararamdaman ko ngayon ay hindi na mararamdaman. Ang mga matinding kabiguan na ito ay magtatapos na. Ang aking abo ay dadalhin ng hangin patungo sa dagat. Ang aking kaluluwa ay magpapahinga nang payapa, at kung ito ay mag-iisip, siguradong hindi ito mag-iisip ng ganito. Paalam.”

Nang sabihin niya ito, siya ay tumalon mula sa bintana ng kanyang silid papunta sa bunton ng yelo na malapit sa barko. Agad siyang iniwanan ng mga alon at nawala sa kadiliman at layo.

WAKAS.